东南亚国家语言口语丛书

丛书总主编 黄天源

分册主编 曾瑞莲 罗文青

新编
越南语口语

XINBIAN YUENANYU KOUYU

-------- 修订版 --------

（越中对照）

原书编者 曾瑞莲 罗文青

审 订 （越南）陶氏清兰

修订者 温日豪 贾精华

GEP 广西教育出版社

南宁

图书在版编目（CIP）数据

新编越南语口语：MPR 出版物 / 黄天源主编. —修订本.—南宁：广西教育出版社，2016.12（2022.9 重印）

（东南亚国家语言口语丛书）

ISBN 978-7-5435-8103-6

Ⅰ．①新… Ⅱ.①黄… Ⅲ.①越南语-口语 Ⅳ. ①H449.4

中国版本图书馆 CIP 数据核字（2016）第 105706 号

策划编辑：孙　梅
组稿编辑：孙　梅　陈文华
中文统筹：孙　梅　陈文华
责任编辑：陈文华　朱　滔
特约编辑：温秋瑜
装帧设计：王　霞
越语朗读：温日豪　　　中文朗读：黄莉华

出　版　人：石立民
出版发行：广西教育出版社
地　　　址：广西南宁市鲤湾路 8 号　　邮政编码：530022
电　　　话：0771－5865797
本社网址：http://www.gxeph.com
电子信箱：gxeph@vip.163.com
印　　　刷：广西壮族自治区地质印刷厂
开　　　本：890mm×1240mm　1/32
印　　　张：8
字　　　数：220 千字
版　　　次：2016 年 12 月第 1 版
印　　　次：2022 年 9 月第 4 次印刷
书　　　号：ISBN 978-7-5435-8103-6
定　　　价：24.50 元

如发现印装质量问题，影响阅读，请与出版社联系调换。

　　岁月如梭。转眼间，2004 年 10 月《新编越南语口语》出版至今已经 11 年了。承蒙广大读者厚爱，本书多次再版，成为学习和使用越南语口语的标杆性书籍之一。

　　时代在进步，社会在发展，科技不断创新，语言也随之产生变化，出现了大量的新情景及与之相应的词汇、句型和表达方式。为了适应这一情势，根据出版社的部署，我们耗费了一年多的时间，对《新编越南语口语》进行了修订和补充。

　　《新编越南语口语》（修订版）仍然保留我（原书主编）原来写的汉语基本框架，坚持采用典型句例的形式，而不是传统口语书一问一答的老套路，但是在每一课的正文前增加了"常用词语和句型"一项，便于读者掌握重点，学习关键词语，熟记各种句型。课文后面还有补充词汇，供读者用以置换正文句例中的词语，生成更多的新句子，使本书起到事半功倍的作用。本书所做的改动，就是将正文两大部分的标题进行调整，使之更加通俗，更加贴近生活。

　　本书正文增加了很多内容，使全书的容量扩充了三分之一还多。新增加的内容涉及社会（如法律）、经济（如商贸活动）、生活（如维修）和高新科技（如网购、数码产品、智能手机）等。我们想，在原书基础上新增加了这些与日常生活息息相关的内容，只要好好掌握，就基本上能保证读者在日常生活和工作中跨越语言障碍，与外国人进行有效的沟通。

　　本书后面仍然附有"越南概况"，但其内容已根据最新资料进行了更新。

　　《新编越南语口语》（修订版）适合在校学生作为教材使用，也可供社会各界人士在国内或者出国时使用。

　　我们还要感谢广西教育出版社有限公司孙梅、陈文华和温秋瑜等外语编辑为本次修订所做的大量工作。

黄天源

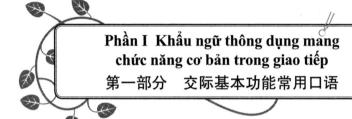

Phần I Khẩu ngữ thông dụng mang chức năng cơ bản trong giao tiếp
第一部分 交际基本功能常用口语

**Phần II Khẩu ngữ thường dùng
trong công việc và sinh hoạt
第二部分　工作生活常用口语**

附录

Phần I

Khẩu ngữ thông dụng mang chức năng cơ bản trong giao tiếp

第一部分
交际基本功能常用口语

Chào hỏi

问 候

Từ then chốt và mẫu câu
常用词语和句型

Xin chào…!	您好……!
Chào…!	……你/您好!
...có...không	……吗?
...thế nào?	……怎么样?
cho...gửi lời hỏi thăm ...	代……向……转达问候
Anh / Chị / Bạn có khỏe không?	你身体好吗?
Cảm ơn, tôi rất khỏe.	谢谢，我身体很好。
Mọi việc đều thuận lợi cả chứ?	一切顺利吧?

Xin chào ông / bà / cô / anh / chị / em!

您（你）好，先生 / 太太 / 女士（小姐）（对同龄男性的尊称）
（对同龄女性的尊称）（对同辈而比自己年龄小的男性或女性的称
呼）!

Chào đồng chí giám đốc / đồng chí chủ nhiệm / giáo sư!

经理 / 主任 / 教授，您好!

Chào thầy giáo / cô giáo / bác sĩ!

老师（男性）/ 老师（女性）/ 医生，您好!

Chào ông Thành / bà Mai!

诚先生 / 梅女士，您好！

Chào anh Hải / chị Phương!

阿海 / 阿芳，你好！

Chào em Lan / em Hùng!

小兰 / 小雄，你好！

Chào cả nhà / cả gia đình!

大家好！（在朋友、同事和家庭成员之间）

Thưa các đồng chí / các bạn!

同志们 / 朋友们，大家好！（对群体）

Chào các anh / các chị!

大家好！（对同龄的男性或女性）

Na, chào bạn nhé!

阿娜，你好！（对同辈朋友）

À, chào bạn Hoa!

哦，阿华，你好！

Ồ, chào anh / chị / bạn!

哦，你好！（对同辈朋友）

Anh / Chị / Bạn có khỏe không?

你身体好吗？（对同辈朋友）

Còn anh / chị / bạn cũng khỏe chứ?

你呢，还好吗？（对同龄朋友）

Cho gửi lời hỏi thăm bạn Hoa / anh Hùng.

请向阿华 / 阿雄问好。

Bố mẹ và gia đình có khỏe không?

父母和家里人都好吧？

Xin cho tôi gửi lời hỏi thăm gia đình.

请代我向您的家人问好。

Dạo này công việc có bận không?

最近工作忙吗?

Làm ăn thế nào?

生意怎么样?

Mọi việc có tốt không?

一切顺利吧?

Lâu lắm không gặp, dạo này anh bận việc gì thế?

很久不见了，最近你忙什么?

Trên đường đi có thuận lợi không?

路上顺利吧?

Trả lời

 回 答

Chào ông / bà / anh / chị / em.

您好!

Cảm ơn, tôi rất khỏe.

谢谢，我身体很好。

Cảm ơn, tôi vẫn khỏe / bình thường.

谢谢，我还好 / 还可以。

Cảm ơn, tôi cũng khỏe.

谢谢，我也不错。

Cảm ơn, vẫn khỏe ạ.

谢谢，我还好。

Không bận lắm / Bận lắm.

不太忙 / 很忙。

Bình thường thôi.

一般。

Cảm ơn, mọi việc đều trôi chảy.

谢谢，一切都很顺利。

Vâng, tôi cũng lâu lắm không gặp anh, tôi mới đi công tác xa về.

是的，我也很久不见你了，我刚出远差回来。

Cảm ơn, rất thuận lợi.

谢谢，很顺利。

Từ ngữ bổ sung

ông 爷爷　bà 奶奶　bác 伯伯，伯父，伯母　chú 叔叔

thím 婶婶　cô 姑姑，姑妈　cậu 舅舅　dì 姨，阿姨

cháu 侄子，孙子　hiệu trưởng 校长　bí thư 书记

viện trưởng 院长　chủ nhiệm khoa 系主任

Tìm hiểu Hỏi thăm

问 讯

Từ then chốt và mẫu câu
常用词语和句型

tên là gì	叫什么名字
làm công việc gì	从事什么工作
xin hỏi...	请问……
đến... đi lối nào	去/往……怎么走
Tôi tên là…	我叫……
...phải không?	……是吗?
Xin chỉ giúp toilet ở chỗ nào?	请问洗手间在哪儿?
Tôi không rõ lắm.	我不太清楚。
Xin lỗi, tôi không biết.	对不起，我不知道。

Hỏi tên
询问名字

Tên chị / anh là gì?

您叫什么名字?

Anh / Chị tên là gì?

请问您的名字?

Ông là ông Tuấn, phải không?

请问您是俊先生吗？

Chị có phải là chị Nga không?

您是阿娥吗？

Trả lời

 回 答

Tên tôi là Hoa.

我名叫阿华。

Tôi tên là Tuấn.

我叫阿俊。

Tên tôi là Vương Chí Quang.

我叫王志光。

Vâng, tôi là Tuấn.

对，我叫阿俊。

Hỏi về nghề nghiệp
～ 询问职业 ～

Chị làm công tác gì?

请问您是做什么工作的？

Ông làm nghề gì?

请问您从事什么职业？

Ông là giáo viên phải không?

您是老师吗？

Bà có phải là bác sĩ không?

您是医生吗？

Chị Xuân là sinh viên, phải không?

阿春是大学生，是吗？

Anh Việt làm gì?

阿越是做什么的？

Trả lời

 答

Tôi là nhà báo.

我是记者。

Anh ấy là kỹ sư.

他是技师／工程师。

Ông ấy là luật sư.

他是律师。

Vâng, tôi là bác sĩ.

对，我是医生。

Hỏi đường

问路

Cho tôi hỏi đến bưu điện đi lối nào?

请问，去邮局怎么走？

Bác ơi cho cháu hỏi, nhà hát lớn đi thế nào ạ?

请问大伯，歌剧院怎么走？（对长辈）

Xin cho hỏi siêu thị ở đâu ạ?

请问，哪里有超市？

Cô cho hỏi quầy bán quần áo ở đâu ạ?

请问服装专柜在哪里？

Xin lỗi, nhờ anh chỉ giúp phố Quang Trung đi thế nào ạ?

打扰一下，请问光中街怎么走？

Làm ơn chỉ giúp tôi ra ga Hà Nội đi lối nào gần nhất?

请问河内火车站走哪条路最近？

Chú ơi cho cháu hỏi, ra sân bay có phải đi đường này không?

请问叔叔，飞机场是往这条路走吗？（对和父亲同辈的男性）

Xin chỉ giúp toilet ở chỗ nào?

请问洗手间在哪儿?

Từ đây ra Bách hóa đại lầu thì mất khoảng bao lâu?

从这儿去百货大楼大概要多长时间?

Trả lời

回 答

Đi thẳng.

直走。

Rẽ bên trái.

左拐。

Đi thẳng đến ngã tư rẽ sang phải.

一直走，然后到十字路口往右拐。

Ga ở gần đây, anh cứ đi thẳng sẽ đến ngay.

火车站离这儿不远，你直走很快就到了。

Tôi không rõ lắm.

我不太清楚。

Xin lỗi, tôi không biết.

对不起，我不知道。

Nhà hát lớn cách đây 5 cây.

歌剧院离这儿有5公里。

Đi khoảng 10 phút nữa là đến.

再走大约10分钟就到了。

Nhà vệ sinh ở ngay gian phòng đầu.

第一间就是洗手间。

Từ ngữ bổ sung

Chủ tịch Hội đồng quản trị 董事长

Chánh văn phòng 办公室主任

công nhân 工人　nông dân 农民　nhà bác học 科学家

nhà thơ 诗人　nhà văn 作家，文学家

nhân viên bán hàng 售货员　lái xe 司机　y tá 护士

ngã ba 三岔路口　rạp chiếu bóng 电影院　quảng trường 广场

ngoại ô 郊外，市郊　hiệu sách 书店

cửa hàng bách hóa 百货商店　trung tâm thương mại 商贸中心

đèn xanh đỏ 红绿灯　xích lô 三轮车　đi bộ 走路，步行

đi xe 坐车　xe đạp 自行车　xe ôm 摩的

Tiếp đón
接 待

Từ then chốt và mẫu câu
常用词语和句型

được gặp … rất vui	很高兴见到······
…thích … hay …?	······喜欢······还是······?
…thích … hơn	······更喜欢······
có phải là … không ?	是······吗?
rất hân hạnh được…	很荣幸能······
nhân danh cá nhân	以个人的名义
thay mặt …tỏ lòng hoan nghênh	代表······表示欢迎
theo lời mời của…	应······的邀请
Mời vào / ngồi / uống nước.	请进 / 坐 / 喝水。

Chúc ông vui vẻ trong thời gian ở thăm. 祝您访问期间生活愉快。

Tiếp bạn bè, đồng nghiệp
接待朋友、同事

Được gặp anh / chị / bạn tôi rất vui.

见到你我真高兴。

Lại được gặp anh tôi rất mừng.

我很高兴又见到你。

Mời vào!

请进!

Bạn đến rất đúng lúc.

你来得正好。

Mời vào đây, chúng ta vào phòng khách nói chuyện cho vui.

来，我们到客厅坐。

Ngồi đây!

坐吧!

Mời ngồi!

请坐!

Bạn uống nước gì nhỉ?

你喝点什么？

Mời bạn uống nước.

请喝水。

Bạn có uống được chè không?

你能喝茶吗？

Bạn thích uống chè pha đặc hay nhạt?

你喜欢喝浓茶还是淡一点的？

Bạn có uống được cà-phê không?

你能喝咖啡吗？

Bạn thích uống cà-phê đen hay cà-phê sữa?

你喜欢喝纯咖啡还是牛奶咖啡？

Uống đi, cứ tự nhiên.

喝吧，别客气。

Ăn ít bánh kẹo / hoa quả nhé!

吃点糖果 / 水果吧。

Bạn thích ăn táo hay ăn lê?

你喜欢吃苹果还是雪梨？

Cảm ơn bạn đã đến thăm.

谢谢你的来访。

Có rỗi thì đến chơi luôn nhé!

有空常来玩。

Trả lời

 回 答

Tôi cũng rất vui.

我也很高兴。

Vâng, cảm ơn.

好，谢谢。

Có, tôi thường uống chè đấy.

能，我常喝茶。

Tôi rất thích uống chè đặc.

我很喜欢喝浓茶。

Tôi uống được một ít.

我能喝点儿。

Tôi thích uống cà-phê đen hơn.

我更喜欢喝纯咖啡。

Đều được cả.

都可以。

Vâng, mời anh cùng uống cho vui.

请你一起喝吧。

Tôi muốn uống ít nước lọc / cà-phê.

我想喝点水 / 咖啡。

Vâng, tôi ăn một ít hoa quả vậy.

好，那我就吃点水果吧。

Đón tiếp khách công vụ
正式场合接待

Xin lỗi, cho tôi hỏi ông có phải là ông Hoan / bà Quỳnh không ạ?

打扰一下，请问您是欢先生 / 琼女士吗？（在机场或火车站）

Tôi là Kiệt, ở công ty xuất nhập khẩu Quảng Tây, đến đón ông.

我是广西进出口公司的阿杰，我来接您。

Rất hân hạnh được đón tiếp ông.

很荣幸能接待您。

Đồng chí giám đốc cử tôi đến sân bay đón các vị.

经理派我来机场迎接你们。

Hoan nghênh các vị đến Trung Quốc tham quan.

欢迎各位到中国来参观。

Tôi rất vinh dự được làm phiên dịch / hướng dẫn viên du lịch cho các vị.

我很高兴能为各位当翻译 / 导游。

Trên đường đi thuận lợi cả chứ?

路上一切都顺利吗？

Chắc đi đường mệt lắm rồi?

一路上辛苦了吧？

Tối nay giám đốc mở tiệc chiêu đãi đoàn ở khách sạn Nam Phương.

今晚经理在南方大酒店宴请各位。

Bây giờ mời các vị lên phòng nghỉ, lát nữa 6 giờ tôi sẽ đến đón các vị đi ăn cơm.

现在请各位先到房间休息，6点我来接你们去用餐。

Chúc ông vui vẻ trong thời gian ở thăm.

祝您访问期间生活愉快。

Tôi là phiên dịch của ông, có việc gì cứ tìm tôi, đừng ngại.

我是您的翻译，有事请找我，不必客气。

Nếu ông có việc gì cần tôi giúp thì cứ bảo tôi, tôi sẵn sàng.

您如果需要我的帮助，请告诉我，我一定效劳。

Có yêu cầu hoặc mong muốn gì ông cứ bảo tôi, đừng e ngại.

您如果有什么需要和要求，请跟我说，不必客气。

Thay mặt chính quyền nhân dân thành phố, nhân danh cá nhân, tôi tỏ lời nhiệt liệt hoan nghênh các vị.

我谨代表市政府，并以我个人的名义，向你们表示热烈的欢迎。

Tôi xin thay mặt toàn thể công nhân viên chức trong xí nghiệp tỏ lời nhiệt liệt hoan nghênh các vị.

我谨代表本企业全体员工对你们的到来表示欢迎。

Được đón tiếp các vị chúng tôi rất phấn khởi.

我们很高兴能接待你们。

Chúng tôi chúc quý vị trong thời gian tham quan ở đây vui vẻ, thoải mái.

我们祝你们在中国访问期间生活愉快。

Được các ông đến thăm, chúng tôi cảm thấy rất vinh dự.

对你们的来访，我们感到很荣幸。

Trả lời

 回 答

Vâng, đúng đấy ạ.

对，是的。

Phiền anh quá.

麻烦您了。

Chúng tôi cũng rất vinh dự được sang thăm Trung Quốc.

能来访中国我们也感到很荣幸。

Rất hoan nghênh anh / chị.

非常欢迎。

Cám ơn, tất cả đều thuận lợi.

谢谢，一切都很顺利。

Cũng hơi mệt.

有点累。

Vâng, anh chu đáo quá.

谢谢，你服务真周到。

Vâng, rất cảm ơn sự quan tâm của anh.

好的，谢谢你的关心。

Chúng tôi cũng cảm thấy rất vinh dự về chuyến thăm lần này.

对这次来访我们也深感荣幸。

Đoàn đại biểu Việt Nam chúng tôi đã sang thăm Trung Quốc theo lời mời của Chính quyền Nhân dân thành phố.

我们越南代表团是应市政府的邀请来中国访问的。

Xin cảm ơn sự đón tiếp thịnh tình của các ông.

谢谢你们的热情款待。

Tôi rất vui mừng được đến thăm thành phố này.

我很高兴有机会访问贵市。

Từ ngữ bổ sung

补充词汇

ngồi chơi　请坐　　hút thuốc　抽烟　　uống bia　喝啤酒

cơ quan　单位　　cơm thường　工作餐，便饭　　gặp gỡ　会见

gặp mặt　会晤，见面　　sẵn sàng phục vụ　为您效劳

khách sạn Tây Viên　西园饭店　　khách sạn Ung Giang　邕江宾馆

khách sạn Quốc tế Nam Ninh　南宁国际大酒店

khách sạn năm sao　五星级宾馆

Lời chúc rượu

祝 酒

Từ then chốt và mẫu câu

常用词语和句型

cạn chén, chúc...	干杯，祝……
tôi xin thay mặt...	我谨代表……
xin chúc mừng...	恭喜……
tôi xin chân thành chúc…	我衷心祝愿……

Chúc mừng anh đã nhận được công việc mới !

恭喜你找到新工作！

Trước hết tôi xin thay mặt Chính quyền Nhân dân thành phố tỏ lời nhiệt liệt hoan nghênh đoàn đại biểu Việt Nam.

首先，我谨代表市政府向越南代表团表示热烈的欢迎。

Tôi chúc chuyến thăm của đoàn thành công tốt đẹp.

我衷心祝愿代表团访问取得圆满成功。

Tôi chúc các vị vui vẻ trong thời gian ở thăm Trung Quốc / Việt Nam.

我祝诸位在中国／越南访问期间（生活）愉快。

Để chúc mừng đoàn đại biểu, tôi đề nghị chúng ta nâng cốc!

我提议为代表团干杯！

17

Đề nghị tất cả mọi người nâng cốc chúc cho tình hữu nghị và sự hợp tác thành công của chúng ta.

为我们的友谊和成功合作干杯。

Đề nghị các vị rót đầy chén, chúc sự hợp tác thành công của chúng ta, cạn chén!

请诸位把酒斟满，为我们的合作成功干杯！

Chúc sức khỏe các vị!

为诸位的健康干杯！

Cạn chén, chúc sức khỏe!

为咱们的健康干杯！

Nâng cốc, chúc sức khỏe!

为健康干杯！

Cạn chén!

干杯！

Nâng cốc, chúc tình hữu nghị của chúng ta!

为我们的友谊干杯。

Chúc sự hợp tác giữa hai doanh nghiệp chúng ta được củng cố và phát triển.

祝我们两家企业之间的合作得到巩固和发展。

Trả lời

 回 答

Cạn chén!

干杯！

Cảm ơn.

谢谢。

Tôi cũng chúc các vị tốt đẹp mãi mãi.

我也祝你们前途无量。

Từ ngữ bổ sung

làm ăn　干事业　sức khỏe dồi dào　身体健康

sự nghiệp thành đạt　事业有成　vạn sự như ý　万事如意

mọi việc tốt lành　一帆风顺　gia đình hạnh phúc　家庭幸福

chạm cốc　碰杯

Giới thiệu

介 绍

Từ then chốt và mẫu câu
常用词语和句型

đây là...	这是……
xin giới thiệu với...	向……介绍
tự giới thiệu theo thứ tự chỗ ngồi	按座位顺序自我介绍
quen (biết) nhau	相互认识
xin cho phép tôi...	请允许我……
...làm việc ở...	……在……工作
rất vinh dự được...	很荣幸能……

Xin lỗi, ông có thể cho tôi biết họ tên của ông không ạ?

对不起，请问您的姓名。

Anh tên là gì ạ?

你叫什么名字？

Các vị có quen nhau không?

你们互相认识吗？

Ông có quen ông Hoan không?

你认识欢先生吗？

Xin giới thiệu với ông, đây là Thúy Mai, vợ tôi.

我向您介绍，这是我的妻子翠梅。

Đây là chồng tôi.

这是我丈夫。

Đây là nhà tôi.

这是我的爱人。

Đây là ông xã / bà xã tôi.

这是我老公 / 老婆。（用于非正式场合）

Ông là giáo sư Lý, ông ấy làm việc ở trường đại học.

他是李教授，在大学工作。

Đây là anh Tuấn, bạn đồng nghiệp của tôi.

这是我的同事阿俊。

Xin giới thiệu với các vị, đây là vợ chồng ông Siêu.

我向各位介绍，这是超先生夫妇。

Tôi xin giới thiệu, đây là ông Vương, cục trưởng cục Y tế.

我向各位介绍，这是卫生局局长王先生。

Xin giới thiệu, đây là ông Lý, trưởng đoàn đại biểu.

我向各位介绍，这是代表团团长李先生。

Tôi xin giới thiệu với quý vị đây là ông Quốc, Bí thư thứ nhất Đại sứ quán Trung Quốc tại Việt Nam.

请允许我向各位介绍，这是中国驻越南大使馆一等秘书国先生。

Xin giới thiệu, đây là ông Kim, trưởng phòng đại diện Công ty Xuất nhập khẩu rau quả Quảng Tây tại Việt Nam.

我向各位介绍金先生，他是广西蔬菜果品进出口公司驻越南办事处主任。

Tôi rất vinh dự được giới thiệu với các vị đây là các bạn đối tác của chúng ta.

我很高兴地向大家介绍，这是我们的合作伙伴。

Tôi đề nghị các vị tự giới thiệu lần lượt theo chỗ ngồi.

我建议各位按座位顺序自我介绍。

Xin cho phép tôi tự giới thiệu.

请允许我自我介绍。

Chào các vị, xin cho phép tôi tự giới thiệu, tôi là Trần Quang Minh, kỹ thuật viên nhà máy điện tử Hải Hằng.

大家好，我来做自我介绍，我叫陈光明，海恒电子厂技术员。

Tôi nhớ rằng chúng ta đã từng nói chuyện qua điện thoại, bây giờ xin cho phép tôi tự giới thiệu, tôi là Trương Khánh, trợ lý tổng giám đốc của công ty.

我想我们曾通过电话，让我来做自我介绍，我是张庆，公司总经理助理。

Tôi là Ngô Hoa, giáo viên trường phổ thông cấp II / bác sĩ Đông y / kỹ sư nhà máy cơ khí.

我是吴华，是初中教师 / 中医医生 / 机械厂工程师。

Đây là danh thiếp của tôi, trong này có địa chỉ liên lạc cụ thể.

这是我的名片，上面有我的具体联系地址。

Trả lời

Tôi họ Hoàng, tên là Thúy Mai.

我姓黄，名叫翠梅。

Chúng tôi không quen nhau.

我们不认识。

Không, tôi không quen ông ấy.

不，我不认识他。

Rất hân hạnh được gặp ông.

很高兴见到您。

Rất hân hạnh được làm quen với ông.

很荣幸能认识您。

Rất vui mừng được gặp ông.

见到您很高兴。

Chào ông!

您好!

Chào bạn / đồng chí!

你好! （在同龄朋友 / 同事之间）

Chào ông, tôi là Thanh.

您好，我是阿青。

Đã nghe danh tiếng của ngài từ lâu!

久仰大名!

Từ ngữ bổ sung

bạn hàng 生意伙伴　bạn thân 好朋友　người yêu 男/女朋友，恋人

đồng hương 老乡，同乡　cùng quê 同乡，老乡

anh ruột 亲哥哥　em ruột 亲弟弟 / 妹妹　chị họ 堂姐　em họ 堂妹

con rể 女婿　con dâu 媳妇　thư ký 秘书

trưởng phòng 科长，处长　phó phòng 副科长，副处长

kế toán 会计　thủ quỹ 出纳　số nhà 门牌号　đơn vị 单位，机关

Tạm biệt

辞 别

Từ then chốt và mẫu câu
常用词语和句型

Xin tạm biệt…!	……再见！
tiễn…ra tận cổng	送……到门口
nếu … thì …	如果……就……
đưa … ra/đến…	送……到……
lên đường bình yên	一路平安
Lát nữa gặp nhé.	一会见！
Chúc cuối tuần vui vẻ / mọi việc tốt đẹp!	祝周末愉快/一切顺利！

Tôi xin phép ra về.

我告辞了。

Xin chào ông / bà.

先生 / 女士，再见！（客气地）

Xin tạm biệt ông / bà.

再见，先生 / 女士。（客气地）

Muộn rồi, tôi phải đi về bây giờ.

不早了，现在我该回去了。

Ông cứ làm việc đi, tôi xin phép đây.

您忙吧，我告辞了。

Nếu không có việc gì thì tôi xin phép về.

如果没别的事，我就告辞了。

Tôi còn có chút việc, tôi xin phép về trước.

我还有点事，我先回去了。

Tôi đi đây / nhé.

我走了。

Tôi về đây / nhé.

我回去了。

Chúng ta tạm biệt tại đây.

我们就在这儿道别吧。

Chúng ta chia tay tại đây.

我们就此分手吧。

Chào tạm biệt nhé.

再见!

Xin tạm biệt các vị.

各位，再见!（客气地）

Hẹn gặp lại lần sau.

下次再见!

Tuần sau lại gặp nhé.

下周见!

Lát nữa gặp nhé.

一会见!

Sẽ gặp nhau vào tối nay nhé.

今晚见!

Thường xuyên liên lạc nhé.

常联系啊!

Chúc lên đường bình yên!

祝一路平安!

Chúc mọi việc tốt đẹp!

祝一切顺利!

Chúc cuối tuần vui vẻ!

祝周末愉快!

Chúc chơi vui vẻ!

祝玩得愉快!

Chúc ngủ ngon!

祝晚安!（晚睡前）

Hẹn gặp lại!

后会有期!

Trả lời

Để tôi đưa ông / bà ra cổng.

让我送您到门口吧。

Khi nào có rỗi lại đến nhé.

有空再来玩。

Xin lỗi nhé, tôi đang bận, không tiễn được nhé.

对不起，我在忙，就不送您了。

Xin chào, hẹn gặp lại.

再见，下次见。

Tôi đưa ông ra ga / sân bay.

我送您到火车站 / 机场去。

Xin thông cảm cho sự thiếu chu đáo trong công tác đón tiếp.

若接待不周，还请多多见谅。

Chúng tôi đưa đoàn đại biểu đến sân bay.

我们送代表团到机场。

Cám ơn sự tiếp đón của ông.

谢谢你的接待。

Từ ngữ bổ sung

bắt tay　握手　nhớ 想，记得　gọi điện 打电话　viết thư 写信
E-mail　电子邮件　lên xe　上车

Lời mời

邀 请

Từ then chốt và mẫu câu
常用词语和句型

…có … không?	……有……吗?
mời … đến …	请……到……
…có được không?	……可以吗?
mời (ai đó) làm việc (gì đó)	邀请某人做某事
nhận / từ chối lời mời	接受/拒绝邀请
…không thể nhận lời mời của …	……不能接受……的邀请
Có rỗi thì đến nhà chơi nhé!	有空到我家玩!

Câu mời
发出邀请

Tối nay anh / chị có rỗi không?

今晚你有空吗?

Hôm nay anh / chị có bận việc không?

今天你有什么事吗?

Anh có bận không?

你忙吗?

Thứ bảy này anh có chương trình gì không?

这个星期六你有安排吗？

Tôi mời anh đi uống nước.

我请您到外面喝茶。

Tôi muốn mời anh đến nhà tôi ăn cơm.

我想请您到我家吃饭。

Tôi mời anh đến ăn cơm ở khách sạn Hà Nội.

我请您到河内酒店吃饭。

Lúc nào rỗi mời anh đến nhà tôi chơi.

什么时候有空请到我家玩。

Xin trân trọng mời các vị đến tham quan công ty chúng tôi.

我郑重邀请各位到我们公司参观。

Đến nhà tôi ăn cơm trưa nhé!

到我家来吃中午饭吧！

Có rỗi thì đến nhà chơi nhé!

有空到我家玩！

Tôi mời chị nhảy có được không?

我可以请你跳舞吗？

Tôi mời chị đi xem phim, có được không?

我请您看电影可以吗？

Chúng ta đấu một trận bóng bàn nhé?

咱们来场乒乓球赛好吗？

Nào, uống đi!

来，喝吧！

Nào, ăn đi!

来，吃吧！

░ Đừng làm khách.

别客气。

░ Rất mong bạn nhận lời mời của tôi.

我希望你能接受我的邀请。

❀Nhận lời mời
～ 接受邀请 ～

░ Rất vui mừng được ông mời đi ăn cơm.

我很高兴您请我去吃饭。

░ Hay quá!

太好了！

░ Rất tốt!

很好！

░ Rất cảm ơn!

非常感谢！

░ Tốt quá!

好啊！

░ Tôi rất hân hạnh!

我很荣幸！

░ Tôi nhất định đến!

我一定到！

░ Chắc chắn tôi sẽ đến! / Thế nào tôi cũng đến!

我一定会到的！

░ Được rồi, hẹn gặp nhé!

好的，到时见！

Từ chối lời mời
拒绝邀请

Tôi rất muốn nhưng lại có việc không đi được.

我很想去，可是我有事去不了。

Xin lỗi, tôi bận mất rồi.

对不起，我没有空。

Rất tiếc, chúng tôi không thể nhận lời mời của ông.

很遗憾，我们不能接受您的邀请。

Rất đáng tiếc, tôi không đi được, để khi khác nhé.

很可惜，我去不了，下次吧!

Cám ơn anh, nhưng tôi không muốn đi.

谢谢您，但我不想去。

Xin lỗi, tôi không muốn đi.

对不起，我不想去。

Từ ngữ bổ sung

gia đình 家庭 vợ chồng 夫妻 đi du lịch 去旅游

đi xem bóng đá 去看足球 đi xem phim 去看电影

đi xem triển lãm 去看展览

đi xem văn nghệ / ca nhạc / kịch 去看文艺表演 / 演出/ 话剧

đi xem múa rối nước / xiếc 去看水上木偶 / 杂技表演

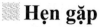

Hẹn gặp

约 会

Từ then chốt và mẫu câu
常用词语和句型

...có được không? 可以……吗?

liên hệ với... 和……联系

Anh có được rỗi không? 你有空吗?

Được, tôi rỗi 行，我有空。

Ngày mai ông có thể làm việc với tôi không? 明天你可以接见我吗?

Xin lỗi, có lẽ tôi phải hẹn lại giờ gặp.

不好意思，也许我得另约时间。

Yêu cầu hẹn gặp
提出约会请求

Tôi muốn gặp giám đốc của quý công ty, có được không?

我可以拜访贵公司经理吗?

Tôi muốn ngày mai gặp ông Thắng có được không?

我想明天和胜先生会面好吗?

Ngày 5 tháng 9 tôi muốn gặp ông Tân có được không?

9月5日我可以和新先生会面吗?

Ngày mai ông có thể làm việc với tôi không?

明天你可以见我吗?

Thứ 2 tuần sau tôi đến tìm ông có được không?

下星期一我可以去见你吗？

Bây giờ ông có thể làm việc với tôi không?

您现在可以接待我吗？

10 giờ sáng mai anh có được rỗi không?

明天早上10点您有空吗？

Chiều nay ông có thể làm việc với tôi một lát không?

今天下午您可以接待我一会儿吗？

Ông có thể trao đổi với tôi một lúc không?

您能和我交谈一会儿吗？

Trả lời

回 答

Khoảng 9 giờ ngày 10 tháng 7 thì tôi rỗi, thời gian này có được không?

7月10日9点左右我有空，这个时间可以吗？

Tôi tra lịch làm việc đã.

我查一查日志看看。

Hôm ấy tôi có việc, nhưng tôi có thể làm việc với anh vào 3 giờ chiều ngày 12.

那天我有事，但我可以在12日下午3点见你。

Ít hôm nữa anh liên hệ lại với tôi có được không?

请您过些时候再和我联系好吗？

Thay đổi thời gian hẹn gặp
变更约会时间

Theo chương trình chúng ta hẹn gặp vào thứ tư, nhưng hôm ấy tôi lại mắc việc.

我们原定星期三有个约会，但那天我又有事。

Ngày giờ và địa điểm hẹn gặp của chúng ta có thể thay đổi không?

我们约会的时间和地点可以改变吗？

Rất tiếc, chúng ta phải gặp trước thời gian hẹn.

很遗憾，我们得把约会时间提前。

Xin lỗi, thời gian hẹn gặp của chúng ta phải lùi lại.

对不起，我们的约会时间要推迟。

Cuộc gặp gỡ của chúng ta lùi lại đến thứ 6, ông có bận mắc gì không?

我们的约会推迟到星期五，你有什么不便吗？

Xin lỗi, có lẽ tôi phải hẹn lại giờ gặp.

不好意思，也许我得另约时间。

Trả lời

 回 答

Không sao, chúng ta có thể hẹn lại thời gian khác.

没关系，我们可以再约别的时间。

Chúng ta gặp nhau ở đâu không thành vấn đề, miễn là có chỗ nói chuyện

trao đổi với nhau là được.

我们在哪见面不成问题，只要有地方见面就行了。

Không sao cả, chúng tôi rất thông cảm.

没关系，我们可以理解。

Xin lỗi, tôi đến muộn rồi.

真对不起，我来晚了。

Bạn bè hẹn gặp
朋友之间约会

Này, chúng ta bao giờ gặp nhau?

喂，我们什么时候见面？

Chiều chủ nhật em có rỗi không?

星期天下午你有空吗？

Chúng ta gặp tại quán cà phê nhé?

我们咖啡馆见好吗？

Tối thứ 7, anh thấy thế nào?

星期六晚上，你觉得合适吗？

Tối nay tôi có cuộc hẹn với chị Linh.

今晚我和阿玲有个约会。

Trả lời

Được, tôi rỗi.

行，我有空。

Vâng, được.

好，可以。

Vâng, nhất trí.

好，没问题。

Từ ngữ bổ sung

bàn bạc 商量　nói chuyện 交谈　tâm sự 谈心

văn phòng làm việc 办公室　vườn hoa 花园

vườn bách thảo 植物园　công viên 公园　cổng chính 正门，大门

cổng sau 后门　cổng phụ 侧门

Lời cảm ơn

致 谢

Cám ơn ông / bà.

谢谢您。

Xin cảm ơn.

谢谢。

Cảm ơn nhiều.

多谢。

Hết sức cảm ơn.

非常感谢。

Cảm ơn ông đã đến dự.

谢谢您的光临。

Cảm ơn sự quan tâm của ông.

谢谢您的关心。

Cảm ơn bà đã đến thăm.

谢谢您来看我。

Xin cảm ơn sự tiếp đãi rất nhiệt tình của ông.

谢谢您的盛情款待。

Cảm ơn ông đã thật sự giúp tôi rất nhiều.

谢谢您，您真是帮了我的大忙。

Cảm ơn anh đã tạo điều kiện cho chúng tôi.

谢谢您为我们创造了条件。

Cảm ơn các anh các chị đã gửi thiếp mừng sinh nhật cho tôi.

谢谢你们给我寄生日卡片。

Cảm ơn anh đã giúp đỡ tôi!

感谢你帮了我的忙!

May nhờ anh giúp mà chúng tôi mới hoàn thành nhiệm vụ đúng thời hạn.

多亏了你的帮助，我们才能按时完成任务。

Không có sự giúp đỡ của anh thì tôi thật không biết làm thế nào.

没有你的帮助我不知道该怎么办。

Nhờ anh chuyển lời cám ơn tới ông cụ nhà anh.

请代我对你父亲表示感谢。

Trả lời

 回 答

Không có gì.

没什么。

Có gì đâu.

不用谢。

Đừng khách khí.

不客气。

Ông khách sáo quá.

您太客气了。

Ông quá khen rồi.

您过奖了。

Đó là công việc của tôi thôi.

那只不过是我的工作。

Tôi rất hân hạnh được phục vụ anh.

能为你效劳，那是我的荣幸。

Nên cảm ơn anh mới phải.

应该谢您才对。

Tôi phải cảm ơn anh mới đúng.

我要谢谢你才是。

Từ ngữ bổ sung

补 充 词 汇

tỏ lòng 表示　tỏ lời 表示　vừa ý 满意　biết ơn 感谢, 知恩

làm phiền 添麻烦　vô tư 无私　cảm ơn, cảm tạ 感恩

đội ơn báo đáp 知恩图报　chân thành cám ơn 衷心的感谢

hết sức biết ơn 充满感激　bỏ nhiều tâm huyết 倾注心血

dốc hết tâm huyết 呕心沥血　bận tâm 操心

cống hiến, đóng góp 奉献　dốc sức tài trợ 倾囊相助

đền đáp 报答　tình sâu nghĩa nặng 深情厚谊

Chia buồn

吊 唁

Từ then chốt và mẫu câu
常用词语和句型

…đang cư tang …	……为……戴孝
bày tỏ lòng thương tiếc	表示哀悼
đeo băng để tang	戴黑纱
mặc niệm	为……默哀
đau buồn sâu sắc	深感悲痛
ngỏ lời hỏi thăm, chia buồn	表示慰问
chuyển lời chia buồn của … tới …	向……转达……亲切慰问
Xin được chia buồn.	请节哀顺变。

Được tin bà Quỳnh từ trần, chúng tôi đã gửi thư viếng và chia buồn tới gia đình của bà.

获悉琼女士逝世，我们向她家人发去了吊唁和慰问信。

Anh ấy đang cư tang mẹ.

他为母亲戴孝。

Người tham gia lễ truy điệu tay đeo băng đen, ngực cài hoa trắng.

参加追悼会的人臂戴黑纱，胸佩白花。

Ông Tân từ trần, tôi đề nghị các vị mặc niệm một phút.

新先生不幸去世，我谨请诸位为他默哀一分钟。

Ông Tân đã mất, chúng tôi vô cùng thương tiếc.

对新先生的去世，我们深感悲痛。

Được tin ông cụ nhà anh mất, tôi cũng rất buồn.

获悉你父亲（令尊）逝世，我也十分悲痛。

Người thân của anh bị mất, chúng tôi cũng rất đau lòng.

对你失去亲人，我们也感到十分难过。

Xin chân thành tỏ lời chia buồn / Tỏ lòng tưởng nhớ sâu sắc.

谨表示诚挚的慰问 / 表示深切的哀悼。

Xin chuyển lời chia buồn của tôi tới vợ ông Tân.

请向新先生的夫人转达我的慰问。

Xin được chia buồn.

请节哀顺变。

Trả lời

Cảm ơn các vị.

谢谢你们。

Cảm ơn các vị đến thăm hỏi chia buồn.

谢谢你们的慰问。

Từ ngữ bổ sung

ốm yếu 病弱   già yếu 老弱   tạ thế 去世   vòng hoa 花圈

băng viếng 挽联   lễ tang 葬礼   đám ma 丧事   ngày giỗ 祭日

lăng 陵墓   quan tài 棺材   chôn cất 埋葬   hỏa táng 火葬

di thể 遗体   mộ 坟墓   tế 祭祀   hậu sự 后事   thắp đèn 点灯

thắp hương 上香   thắp nến 点蜡烛

Tặng quà kỷ niệm

送 礼

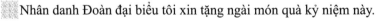

Từ then chốt và mẫu câu
常用词语和句型

tặng quà cho (ai đó)	给某人送礼
tặng món quà gì cho (ai đó)	有某物要送给某人
nhân danh…	以……的名义
chúc thọ/chúc mừng sinh nhật cho …	为……祝寿/庆祝生日
Ngài XX, đây là quà tặng cho ngài.	XX，这是送给您的。
Cám ơn (cám ơn ai đó).	谢谢（感谢某人）。

Nhân danh Đoàn đại biểu tôi xin tặng ngài món quà kỷ niệm này.

我以代表团的名义向您赠送这件礼品。

Đây là lãng hoa / quà kỷ niệm nhỏ tặng anh.

这是送给你的鲜花 / 小礼物。

Tôi có món quà kỷ niệm nho nhỏ / lãng hoa tặng cho ông.

我有件小小的纪念品 / 鲜花送给您。

Tôi muốn tặng anh món quà kỷ niệm nho nhỏ.

我要送你一件小小的纪念品。

Ngài Minh, đây là quà tặng cho ngài.

明先生，这是送给您的。

Vâng, tôi nghĩ là ngài sẽ hài lòng với món quà này.

给，我想您会喜欢的。

Chúng tôi đem bánh ga-tô chúc thọ / chúc mừng sinh nhật cho ngài.

我们带来了蛋糕为您祝寿 / 庆祝生日。

Món quà nho nhỏ, cảm ơn anh luôn quan tâm giúp đỡ cho tôi !

小小心意，感谢您对我一直以来的关照！

Trả lời

 回 答

Cảm ơn.

谢谢了。

Rất cảm ơn ngài.

太谢谢您了。

Hết sức cám ơn ngài, đây là món quà quá hậu hĩ.

太谢谢您了，这礼物太贵重了！

Từ ngữ bổ sung

 补 充 词 汇

món quà đặc biệt 特别的礼物   món quà quý 珍贵的礼物

kính biếu 敬赠   quà lưu niệm 纪念品

của ít lòng nhiều 礼轻情意重   đặc sản địa phương 本地特产

ngụ ý tốt đẹp 美好的寓意   đồ công nghệ mỹ thuật 工艺美术品

sản phẩm tiêu chí 标志性产品

Khó khăn vấp váp và Khích lệ

挫折与鼓励

Từ then chốt và mẫu câu
常用词语和句型

tôi lo rằng...	我担心……
làm cho (ai đó) phấn chấn tinh thần	使某人振作起来
đang buồn vì...	为……烦恼
Đừng / Không nên... !	别/不要……!
Đừng buồn nhé!	想开点!
Cố lên !	加油!

Tôi lo rằng mình khó mà thành công.

我担心不成功。

Tôi lo kỳ thi không đạt.

我害怕考试不及格。

Tôi cảm thấy tương lai ảm đạm.

我感到前途渺茫。

Công việc chưa hoàn thành kịp thời, tôi bị sếp phê bình.

工作没按时完成，我被老板批评了。

Làm cho thật tốt !

好好干!

❀ Cố lên, cố lên !

加油，加油!

❀ Hãy can đảm, cố lên !

加油，勇敢点!

❀ Hãy kiên trì ! / Đừng nản chí !

别松劲! / 别泄气!

❀ Cố lên ! / Gắng sức !

加把劲! / 用力!

❀ Sắp được rồi, sắp xong rồi.

快行了，快好了。

❀ Hãy kiên trì nhé, chúng ta sắp thắng rồi !

坚持住，我们就要胜利了!

❀ Tôi tin là anh nhất định thành công.

我相信你一定能成功。

❀ Đừng quá lo, hãy bình tĩnh !

别担心，想开点!

❀ Đừng nản chí ! Hãy cố gắng hết sức mình.

别气馁! 尽你最大的努力。

❀ Đừng mất lòng tin !

别灰心!

❀ Khó khăn sẽ khiến chúng ta càng thêm kiên cường.

困难让我们更坚强。

❀ Không có việc gì là không giải quyết được.

没有解决不了的问题。

❀ Ai ai cũng có lúc gặp phải khó khăn.

任何人都会有困难的时候。

❀ Đừng buồn phiền về chuyện này, mọi việc rồi sẽ nhanh chóng qua đi thôi.

别为此事烦恼，事情很快会过去的。

Công việc không đến nỗi như sự tưởng tượng của anh đâu.

事情不是你想象那么糟糕。

Anh đừng lo, tôi tin là mọi việc sẽ tốt lên thôi.

你不必为此担心，我相信一切都会好起来的。

Vạn sự khởi đầu nan, hãy cố lên !

万事开头难，加油！

Phấn chấn tinh thần, chúng ta sẽ có cách giải quyết.

振作起来！我们会有办法的。

Chúng tôi sẽ dốc toàn lực ủng hộ anh.

我们会全力支持你的。

Trả lời

 回 答

Cảm ơn sự khích lệ của các bạn.

谢谢你们的鼓励。

Chúng tôi sẽ không nản chí.

我们不会泄气的。

Chúng tôi sẽ tiếp tục bền bỉ kiên trì.

我们会坚持下去的。

Từ ngữ bổ sung

 补 充 词 汇

không có việc gì khó 世上无难事　vững chí bền lòng 坚定信念

tin vào bản thân 相信自我　quyết tâm 决心

vững lòng tin 坚定信念　cái khó chẳng bó cái khôn 办法总比困难多

có công mài sắt có ngày nên kim 铁杵磨成针　bền bỉ 坚韧，韧劲

Phê bình Biểu dương
批评、表扬

Từ then chốt và mẫu câu
常用词语和句型

có ý kiến cần nêu	有意见要提
phê bình ai / việc gì đó	批评某人 / 某事
liên quan tới …	关系到……
không nên…	不该/不要……
đáng ra …	本该……
đánh giá tốt về ai đó	说某人好
sắc mặt hồng hào, khỏe khoắn	气色好
xem ra tinh thần sảng khoái	看起来挺精神
…khiến cho…	……使得……
thích hợp với …	适合……
thật là…	多么……
Tôi phải nêu ý kiến với ông.	我要向你提个意见。

Tôi phải phê bình ông đấy.

我可要责备你了。

Tôi phải nêu ý kiến với ông.

我要向你提个意见。

Anh thật không nên không nói không rằng mà bỏ đi.

你不该连个招呼也不打就走了。

Ông biết đấy, điều này liên quan tới danh tiếng của cửa hàng ông.

您知道，这关系到贵店的声誉。

Đáng ra chúng tôi phải đến thăm ông.

我们本该来看您的。

Khi đi vắng ông không nên để ngỏ cửa.

你人不在时就不该让门开着。

Anh không nên lợi dụng chị ấy.

你不该利用她。

Anh thật quá kiêu ngạo.

你太骄傲了。

Anh không nên ngạo mạn như thế.

你不能这么傲慢。

Anh đã làm hỏng việc rồi.

你把事情搞砸了。

Anh thật quá ích kỷ.

你太自私了。

Ông báo tin này với anh ấy là điều không nên.

您把这一消息告诉他就不对了。

Ngủ muộn như vậy là không tốt đâu.

这么晚才睡觉不好。

Không nên nói chuyện với tôi bằng cái khẩu khí như thế.

不要用这样的口气对我说话。

Anh ta lại vẽ vời trò gì thế?

他在搞什么名堂?

Nói láo ! / Toàn những lời hỗn độn !

胡说！ / 什么乱七八糟的！

Điều này rất nghiêm trọng.

这很严重。

Thật đáng hổ thẹn, thật là đê tiện.

真可耻，真下流。

Tôi ngốc quá !

我真蠢！

Sếp đã phê bình công nhân.

老板批评了工人。

Anh ấy đã tự phê bình mình.

他做了自我批评。

Tôi không phê bình mà chỉ muốn nhắc nhở đối với anh.

我不是批评你，只不过是给你提个醒。

Xem ra ông rất khỏe khoắn.

您的气色很好。

Hôm nay tinh thần ông rất sảng khoái.

您今天真精神。

Kiểu tóc của ông rất đẹp / khiến cho càng trẻ lại.

您的发式真漂亮 / 使您年轻了。

Chiếc áo bu-rông này của ông trông sang lắm / đẹp lắm.

你的茄克衫真高级 / 好看。

Chiếc áo khoác này rất phù hợp với phong cách / khí chất của ông.

你的大衣与你的风格 / 气质很匹配。

Tấm ảnh tuyệt đẹp !

多漂亮的照片！

Phong cảnh tuyệt đẹp !

多美的风景啊!

Chiếc vòng tay của bà đẹp quá.

你的手镯美极了。

Bức tranh này quá đẹp.

这幅画真漂亮。

Anh đã thể hiện rất xuất sắc!

你干得漂亮!

Anh rất có năng khiếu !

你很有天赋!

Anh rất hóm hỉnh.

你很幽默。

Anh quả là một chuyên gia !

你真是个行家!

Anh làm việc thật là nhanh gọn !

你干起活儿来真麻利!

Ông rất năng nổ !

您十分能干!

Các bạn đã làm rất tốt !

你们干得好!

Tôi rất tự hào về anh.

我为你感到自豪。

Tôi rất hài lòng với công việc của anh.

我对你的工作很满意。

Các cháu rất ngoan !

你们真乖!

Các bạn đã làm việc rất xuất sắc !

你们的工作太出色了！

Ông ấy thường xuyên chủ động làm thêm giờ thêm ca.

他经常主动加班加点。

Ông ấy chấp hành nghiêm tất cả các quy trình chế độ.

他严格遵守各项规章制度。

Sự tích anh hùng của đơn vị bộ đội này đã được tuyên dương khen thưởng.

这支部队的英雄事迹博得了赞扬。

Trả lời

 回 答

Ý kiến phê bình của bạn là đúng.

你的批评是对的。

Chúng tôi hoan nghênh những ý kiến phê bình và kiến nghị.

我们欢迎批评和建议。

Tôi đã chót làm một việc dại, thật không nên làm như vậy.

我做了件蠢事，我真不该这样做。

Xin lỗi, đây hoàn toàn là lỗi tại tôi.

不好意思，这全是我的错。

Cám ơn !

谢谢！

Cám ơn sự đánh giá tốt đẹp của bạn!

谢谢你的夸奖！

Đây là nỗ lực chung của toàn thể.

这都归功于大家的努力。

Ông quá khen đấy.

您过奖了。

Cám ơn những lời hay ý tốt của anh.

谢谢你的美言。

Cám ơn anh. Tôi sẽ cố gắng hơn nữa.

谢谢你。我会更加努力的。

Ông quá khen ạ!

您过奖了!

Ủa, thật thế sao?

啊，真是这样吗?

Từ ngữ bổ sung

phê phán 批判　khiển trách 谴责　mỉa mai 讽刺

truy cứu trách nhiệm 追究责任　tự trách 自责　tự mỉa 自嘲

nói xấu 说坏话　nói bóng nói gió 风言风语

phàn nàn 絮叨（表不满）　đánh giá cao 高度评价

nhìn nhận tốt đẹp, nhận xét tốt 良好的评价

thành tựu to lớn 巨大的成就　rất quy củ, trật tự 秩序良好, 井井有条

thành phố hiện đại 现代化城市　tiện nghi đầy đủ 设施齐全

nhiệt tình 热情　mến khách 好客　chu đáo 周到，到位

tình cảm sâu nặng 深厚的感情　bạn lâu năm 多年老友

đối tác tốt 好伙伴　gần gũi 亲近的, 贴近的　thắm thiết 密切

cùng chung nguyện vọng 共同愿望

Tán thành hay Phản đối

赞成或反对

Từ then chốt và mẫu câu
常用词语和句型

đồng ý việc gì đó, nhận làm việc gì đó   同意某事, 同意做某事

nhất trí đồng ý   一致同意

không có ý kiến bất đồng   没有异议

bị phản đối   遭到反对

nêu cách nhìn nhận khác đối với…   对……提出异议

tán thành ai đó, đồng ý cách nhìn nhận của ai đó

赞成某人, 同意某人的看法

phản đối ai đó, việc gì đó, phản đối làm việc gì đó

反对某人、某事, 反对做某事

không được làm, không được, không nên 不能做, 不行

Ngài có ý kiến gì khác về việc này không ?   您对此事有异议吗?

Bạn có tán thành quan điểm cần học ngoại ngữ ngay từ lúc còn nhỏ không ?

你赞成从小开始学习外语吗?

Bạn có đồng ý với cách nhìn nhận của tôi không ?

你同意我的看法吗?

Họ đồng ý với phương án này không ?

他们同意这个方案吗？

Ngài có ý kiến gì khác về việc này không ?

您对此事有异议吗？

Bạn có thể cùng tôi đi khám răng hay không ?

你能陪我去看牙吗？

Ông có thể nói vài điều tốt về tôi với giám đốc hay không ?

你能替我在经理面前说几句好话吗？

Trong nhà có nuôi thú cưng, anh không phản đối chứ ?

家里养只宠物，你不会反对吧？

Anh đồng ý với cách nhìn nhận của ông ấy không ?

你同意他的看法吗？

Trả lời

Được thôi, tốt lắm !

是的，好的！

Tất nhiên rồi !

那当然！

Đúng vậy !

正是！

Đồng ý, được thôi.

同意，好的。

Tôi đồng ý, tôi tán thành.

我同意，我赞成。

Không có vấn đề !

没问题！

Sao lại không nhỉ (lẽ nào lại từ chối) ?

为什么不呢（何乐而不为）？

Sáng kiến này hay quá.

这主意太好了。

Tôi rất hân hạnh / Tôi rất vui lòng về việc này!

我十分乐意!

Tôi nhận lời lên lớp phụ đạo cho các em ấy.

我同意给他们上辅导课。

Tôi tán thành học ngoại ngữ từ lúc còn thơ.

我赞成从小教授外语。

Chúng tôi nhất trí đồng ý thực thi chương trình này.

我们一致同意执行这一计划。

Tôi tán thành.

我赞成。

Tôi đồng ý cách nhìn nhận của anh.

我同意你的看法。

Tôi tán thành ý kiến của anh.

我赞成您的意见。

Tôi hoàn toàn đồng ý / tán thành với quan điểm của Ngài.

我完全同意 / 赞成您的观点。

Cách nghĩ của tôi hoàn toàn tương đồng với Ngài.

我的想法跟您一样。

(Về việc này) Tôi không có ý kiến gì khác.

（这件事）我没有异议。

Tôi hoàn toàn tán thành.

我完全赞成。

Không, không được.

不，不行。

Tuyệt đối / Dứt khoát không được.

绝对 / 肯定不行。

Không được, hoàn toàn không được.

不行，根本不行。

Chúng tôi không đồng ý / không tán thành.

我们不同意 / 不赞成。

Tôi không chấp nhận.

我不愿意。

Không được, không thể thế được.

不行，不可能。

Tôi không đồng ý với cách nhìn nhận / cách làm của anh.

我不同意你的看法 / 做法。

Trong nội bộ nhân viên quản lý còn chưa thống nhất được ý kiến.

管理人员内部意见尚未统一。

Tôi không đồng ý với ý kiến của Ngài.

我不同意您的意见。

Tôi phản đối.

我反对。

Tôi phản đối việc nuôi thú cưng.

我反对养宠物。

Ý kiến này đã vấp phải sự phản đối nhất loạt.

这一建议遭到了一致的反对。

Anh ấy đã nêu cách nhìn nhận khác đối với biện pháp này.

他对这一措施提出了异议。

Chúng tôi kiên quyết phản đối việc anh suốt ngày ngâm mình trong tiệm internet.

我们坚决反对你整天泡网吧。

Con cái thường làm những điều nghịch ý với cha mẹ.

儿女与父母对着干。

Điều đó không xong đâu.

那是不行的。

Anh đừng có mà tìm cách luồn lèo nữa !

你不要走后门!

Từ ngữ bổ sung

chấp nhận 接受 tán đồng 赞同 hài lòng 满意 cự tuyệt 拒绝

khước từ 不接受，推掉某事 từ chối 不接受 thoái thác 推托

chống lại 反对，反抗 bác lại 反驳 đối đầu 对抗

tránh né 回避，逃避 nghịch phản 逆反 nghịch lòng 叛逆之意

Ý nguyện Mong muốn Chí hướng

意愿、希望、志向

Từ then chốt và mẫu câu
常用词语和句型

… là gì?	……是什么?
mong rằng …	但愿……
khuyên … nên…	劝……应该……
Anh có việc gì không ?	你有事吗?
Tôi không muốn.	我不想。

Muốn làm việc gì ?

有何贵干?

Ngài cần những gì ạ ?

您需要什么?

Anh có việc gì không ?

你有事吗?

Việc gì thế ?

什么事啊?

Ý nguyện của anh là gì ?

你的志愿是什么?

Anh muốn làm việc gì?

你想干什么？

Anh có sắp xếp gì không ?

你有什么打算？

Về việc này thì anh nghĩ thế nào ?

关于这件事你有什么想法？

Sau này anh muốn làm công tác gì ?

你将来想做什么工作？

Ước mơ của bạn là gì?

你的梦想是什么？

Trả lời

 回 答

Tôi muốn đi cùng với ông.

我想跟您一起走。

Bạn tôi muốn đi Thái Lan để tiếp tục theo học.

我的朋友想去泰国继续学业。

Tôi muốn rời khỏi nơi đô thị đến định cư tại vùng nông thôn.

我想离开城市到乡间定居。

Tôi không muốn.

我不想。

Mong rằng gọi dây nói vào lúc này sẽ không quá quấy rầy ngài.

但愿这个时候给您打电话不会打扰您。

Mong rằng mọi việc sẽ thuận lợi !

但愿一切顺利！

Tôi khuyên anh nên lập tức báo với phía cảnh sát.

我劝你立即报警。

Tôi mong ngài bênh vực công lý.

我希望您主持公道。

Tôi cần giữ sự trầm mặc.

我要保持沉默。

Giờ đây anh ấy hay thích ở riêng một mình.

他现在更喜欢一个人待着。

Anh ấy bảo tôi lập tức đi gặp mặt (anh ấy).

他要我马上去见他。

Họ không chịu đi cùng chúng ta.

他们不愿意和我们一起走。

Nguyện vọng của tôi là làm một kỹ sư.

我的志愿是当工程师。

Tôi muốn làm nghề (nhân viên) dịch ca-bin.

我想当同声传译（员）。

Tôi mong sẽ có dịp đi du lịch châu Âu một chuyến.

我希望能到欧洲旅游一次。

Từ ngữ bổ sung

mong mỏi 期待   nghề nghiệp 职业   thiết tha 热切的

chờ đợi 等待着   phải 应   nên 要，必须

sẵn sàng 随时准备着，准备好了   lý tưởng 理想

hoài bão 志向，抱负   ước mong 梦想

Giúp đỡ

帮 助

Từ then chốt và mẫu câu
常用词语和句型

nếu ngài cần…	如果您需要……
…có thể … không?	……能……吗？
xin cho phép tôi…	请让我……
đỡ…một tay	帮……一把
Anh có thể giúp tôi… được không?	你能帮我……吗？
Cảm ơn, không phiền anh nữa.	谢谢，不麻烦您了。
Tôi sẵn sàng giúp anh.	我随时可以帮助您。
Không sao cả. / Không có vấn đề.	没问题。

Yêu cầu được giúp đỡ người khác
提出帮助别人

Anh có cần tôi giúp gì không?

我能为您效劳吗？

Tôi có thể giúp anh làm gì không?

我能帮您什么忙吗？

Nếu anh cần cứ bảo tôi, đừng ngại.

如果您需要，请告诉我，不必客气。

Tôi có thể giúp anh không?

我能帮您的忙吗？

Nếu anh cần, tôi có thể đỡ anh một tay.

如果您需要，我可以帮您一把。

Tôi sẵn sàng giúp anh.

我随时可以帮助您。

Để tôi tiễn anh ra cổng.

请让我送您到出口。

Để tôi giúp anh được không?

我来帮你好吗？

Anh có cần giúp đỡ không?

要帮忙吗？

Nhận sự giúp đỡ
接受帮助

Vâng, rất tốt.

好，很好。

Vâng, làm phiền anh quá.

好，麻烦您。

Anh tốt quá, cảm ơn anh.

您真好，谢谢您。

Vâng, cảm ơn anh.

好，谢谢您。

Vâng, anh đỡ tôi một tay.

好，你帮我一把吧。

Tôi đang cần giúp, nhờ anh xách hộ chiếc va-li này.

我正需要呢，请帮我拿这个包。

Từ chối sự giúp đỡ
拒绝帮助

Tôi làm được, cảm ơn.

我能行，谢谢。

Cảm ơn, tôi có thể tự làm được.

谢谢，我自己可以做。

Cảm ơn, tự tôi có thể làm được.

谢谢，我自己能应付。

Cảm ơn, không phiền anh nữa.

谢谢，不麻烦您了。

Không cần nữa, xin cám ơn!

不必了，谢谢！

Xin người khác giúp đỡ
请求别人帮助

Anh có thể giúp tôi một việc không?

您可以帮我个忙吗？

Nhờ anh giúp tôi một việc có được không?

请您帮我个忙好吗？

Anh có thể giúp tôi giải quyết việc gấp này không?

你能帮我处理这件急事吗？

Anh thuê chiếc xe hộ tôi có được không?

你可以帮我租辆车吗？

Anh đặt hộ tôi phòng nghỉ có được không?

你可以帮我预订房间吗？

Nhận lời giúp đỡ người khác
同意帮助别人

Được, không sao.

行，没问题。

Tôi rất vui được giúp ông.

我很高兴帮助你。

Được, sẵn sàng giúp anh.

行，随时可以帮你。

Được, có việc gì anh cứ dặn.

可以，有什么事你尽管吩咐。

Không sao, cần gì anh cứ bảo.

没问题，需要什么你尽管说。

Rồi ạ, tôi sẽ giúp ngài xử lý ổn thỏa.

好的，我帮您处理。

Từ ngữ bổ sung

补 充 词 汇

sắp xếp 安排　dàn xếp 安排，布置　việc cần 急事，要事

ngại quá 不好意思　nói thẳng 直说，尽管说　nói trực tiếp 直接说

chuyển lời 转告　yêu cầu bức xúc 迫切要求

Phục vụ

服 务

Từ then chốt và mẫu câu
常用词语和句型

thời hạn bảo hành X đối với sản phẩm X 对X产品保修X时间

mạng lưới dịch vụ sau khi bán /mạng lưới duy tu bảo hành

售后服务网 / 维修网

cung cấp dịch vụ 提供服务

tôn chỉ là… 宗旨是……

tiến hành nghiên cứu khả thi 进行可行性研究

không còn…nữa 不再……

Chủ động kiến nghị cung cấp dịch vụ
主动建议提供服务

Tôi có thể phục vụ gì cho ngài không ?

我能为您提供什么服务?

Ngài cần tìm hiểu những gì hay không ?

您需要了解什么吗?

Tôi có thể giới thiệu tình hình với ngài không ạ ?

我能给您介绍情况吗?

Tôi đóng gói tặng phẩm cho ngài được không ạ?

我给您打个礼品包好吗?

Tôi giúp ông thái miếng thịt này thành từng miếng nhỏ chứ ạ?

我帮您把这块肉切成小块好吗?

Đưa hàng tới tận nhà cho ngài được chứ?

给您送货上门好吗?

Trả lời

Được ạ, phiền anh nhé.

好的，麻烦您了。

Cám ơn, không cần nữa, để tôi tự lo.

谢谢，不用了，我自己来吧。

Xin được cung cấp dịch vụ
请求提供服务

Anh có thể đưa giúp suất ăn sáng tới phòng tôi không?

您可以把早餐送到房间吗?

Trong hotel có dịch vụ giặt quần áo không?

旅馆里有洗衣服务吗?

Chiếc áo sơ-mi của tôi bị nhàu, anh có thể là giúp cho không?

我这件衬衣皱了，您可以给我熨一下吗?

Nhờ anh đánh thức tôi vào lúc 5 giờ sáng mai.

请您明天早晨5点叫醒我。

Nhờ anh gọi một chiếc tắc-xi cho tôi.

请您给我叫一辆出租车。

Trả lời

Rồi ạ, rất vui lòng.

好的，很乐意。

Tất nhiên thôi.

当然。

Tốt.

好的。

Xin lỗi, bây giờ chúng tôi không còn cung cấp dịch vụ này nữa.

很抱歉，我们现在不再提供这种服务了。

Tìm hiểu nội dung dịch vụ
询问服务项目

Các anh có thể cung cấp những dịch vụ gì nào?

你们可以提供什么服务？

Thời hạn bảo hành sản phẩm của các anh là bao lâu?

你们的产品保修期多长？

Phía các anh có dịch vụ sau khi bán không?

你们有售后服务吗？

Hãng (du lịch) của anh có dịch vụ cho thuê xe hay không?

贵（旅行）社有租车服务吗？

Trả lời

Chủng loại dịch vụ mà chúng tôi có thể cung cấp rất nhiều.

我们能够提供的服务种类很多。

Thời hạn bảo hành sản phẩm của chúng tôi là 2 năm, tất cả phụ tùng và tiền công đều được miễn phí.

我们对产品保修两年，所需零件和人工免费。

Mạng lưới dịch vụ sau khi bán / Mạng lưới duy tu bảo hành của chúng tôi rất hiệu quả.

我们的售后服务网 / 维修网十分有效。

Chúng tôi có thể cung cấp các dịch vụ như đón ở sân bay, hướng dẫn du lịch và phiên dịch, đặt vé máy bay, vé tàu và khách sạn.

我们可以提供各种服务：接机、导游和翻译，预订机票、火车票、旅馆等。

Từ ngữ bổ sung

dọn phòng　打扫房间　gọi dậy, morning call　叫早

gọi suất ăn vào phòng　送餐到房间　đặt phòng họp　预订会议室

đặt tiệc phục vụ hội nghị　为会议订宴请　giặt khô　干洗

người phục vụ　服务员　tiếp tân　服务台，礼宾（饭店）

trung tâm thương mại khách sạn　饭店商务中心

mua vé xe liên tỉnh　买省际客运票

gọi tắc-xi ra sân bay　叫出租车到机场　trả phòng, check out　退房

Khiếu nại

投诉

Từ then chốt và mẫu câu
常用词语和句型

đòi bồi thường	要求赔偿
yêu cầu trả tiền	要求退款
tiến hành thẩm tra về khiếu nại	对投诉进行审查
điều tra vụ việc	调查某事
… không phù hợp với …	……与……不符
không hài lòng về…	对……不满意
gây phiền phức cho ai đó	给某人造成麻烦
giải quyết vấn đề	解决问题
xử lý việc gì đó	处理某事
tìm được giải pháp ổn thỏa	找到妥善的解决办法
bồi thường kinh tế cho ai đó	给予某人经济赔偿

Tôi có ý kiến đối với công tác phục vụ của các anh.

我对你们的服务有点意见。

Gần đây chúng tôi đã nhận được khiếu nại của một số khách.

我们最近接到了一些客户的投诉。

Hàng hóa bị hư hoại trong quá trình vận chuyển.

商品在运输途中受损。

Đồ hộp ba-tê này có vấn đề chất lượng.

这些午餐肉罐头有质量问题。

Chúng tôi thấy chất lượng hàng không phù hợp với tiêu chuẩn hàng mẫu.

我们发现商品的质量与样品不符。

Tôi đặt một chiếc tủ lạnh loại 8384 nhưng lại nhận được chiếc tủ lạnh 8483.

我订购的冰箱型号是8384，但你给我发货的型号是8483。

Lượng phân hóa học chúng tôi nhận được ít hơn so với số lượng đã đặt.

我们收到的化肥少于订购的数量。

Chúng tôi hoàn toàn không hài lòng về dịch vụ của quý công ty.

我们对贵公司的服务完全不满意。

Chúng tôi yêu cầu được giải thích tại sao một số các nội dung tham quan vốn có theo chương trình lại bị hủy.

我们要求你们解释为什么一些原定的参观项目被取消。

Chúng tôi yêu cầu các anh phải trả lại tiền.

我们要求你们退款。

Chúng tôi đòi hỏi bồi thường tổn thất.

我们要求赔偿损失。

Xin hỏi các anh có thể đổi những hàng hóa đã bị hư hỏng được không?

请问你们能否换掉这些损坏的商品？

Trả lời

 回　答

Trước hết chúng tôi sẽ xem xét lại tình hình. Xin lỗi vì đã làm mất thời gian của ngài !

我们先了解一下情况。耽误您的时间，很对不起！

Chúng tôi đang điều tra nguyên nhân xuất hiện những vấn đề này.

我们正在调查出现这些问题的原因。

Chúng tôi sẽ giải quyết vấn đề này.

我们会解决这个问题的。

Chúng tôi sẽ xử lý vấn đề cho ông.

我们会为您作出处理的。

Mọi việc rồi sẽ được xử lý một cách thỏa đáng.

这一切会处理好的。

Chúng tôi sẽ tìm ra giải pháp ổn thỏa.

我们会找到妥善的解决办法的。

Chúng tôi xin lỗi về những vấn đề đã xảy ra.

对于所发生的问题我们感到很抱歉。

Chúng tôi thành thực cáo lỗi trước những phiền phức đã gây ra với các bạn.

对于给你们带来的麻烦，我们深表歉意。

Cám ơn sự thông cảm của ông.

我感谢您的理解。

Chúng tôi chuẩn bị bồi thường cho ông về mặt tổn thất.

我们准备赔偿您的损失。

Chúng tôi sẽ có sự bồi thường nhất định cho các anh.

我们会给予你们一定的补偿。

Chúng tôi sẽ nhanh chóng cho ngài sự phúc đáp hài lòng.

我们会尽快给您个满意的答复。

Tôi cam kết với ông sẽ không để xảy ra những tình huống như trên nữa.

我向您保证此类事情今后不会再发生。

Về việc này tôi rất lấy làm đáng tiếc, nhưng đây không phải là lỗi tại chúng tôi.

我对此表示遗憾，但这不是我们的过错。

Từ ngữ bổ sung

an toàn thực phẩm 食品安全 đảm bảo chất lượng 保证质量

hàng kém phẩm chất 次品 hàng nhái 假货，仿制品

thực phẩm đã quá hạn sử dụng 过期食品 xin lỗi 道歉，致歉

hàng không có tem mác 无商标产品

chất lượng phục vụ yếu kém 服务质量低下 trả hàng 退货

đảm bảo an toàn cho người tiêu dùng 保证消费者人身安全

So sánh

比 较

Từ then chốt và mẫu câu

常用词语和句型

so với...	与……相比
...như nhau	同样，一样的
...gấp...lần so với...	……是……的……倍
...không...bằng...	……不如……
ngày càng...	越来越……
...ngang với...	……和……一样

Đây là người bạn đồng sự thân nhất của tôi. 这是我最要好的同事。

Về diện tích giữa Trung Quốc và Canada thì nước nào lớn hơn ?

中国和加拿大两个国家哪个面积更大？

Mùa khô, thành phố Hồ Chí Minh nóng hơn so với Hà Nội à ?

旱季，胡志明市比河内更热吗？

Tuổi hai cô bé này như nhau phải không ?

这两个女孩的年龄是不是一样大？

Bạn thấy tiếng Thái của tôi nói sõi hơn so với anh ấy sao ?

你不觉得我的泰语说得比他好吗？

So với năm ngoái thì sản lượng lương thực năm nay đã tăng hay là giảm ?

与去年相比，今年的粮食是增产了还是减产了？

Siêu thị lớn nhất Băng Cốc ở đâu nhỉ ?

曼谷最大的超市在哪里？

Trả lời

 答

Về diện tích thì Trung Quốc nhỏ hơn so với Canada.

中国比加拿大的面积要小些。

Chị ấy hơn tôi / kém tôi 5 tuổi.

她比我大／小五岁。

Chè đắt ngang với cà-phê.

茶与咖啡一样贵。

Thành phố Hồ Chí Minh nóng hơn Hà Nội về mùa khô.

旱季，胡志明市比河内热。

Anh ấy không cao lớn hơn tôi nhưng lại khỏe hơn tôi.

他不如我高大，但比我强壮。

Anh ấy không keo kiệt như ông bố ấy.

他不像父亲那样吝啬。

Cô ấy đẹp hơn so với sự tưởng tượng ban đầu của tôi.

她比我原来想象的还要漂亮。

Ông ấy không trẻ trung như tôi đã tưởng.

他没有我想象的那么年轻。

Tôi cảm thấy đã tốt lên hơn nhiều.

我觉得好多了。

Tiếng Việt của anh ấy không lưu loát bằng tôi.

他的越语说得不如我流利。

Nhẹ tay chứ.

轻一点儿。

Anh ấy cũng ăn nhiều như chúng ta.

他吃得跟我们一样多。

Trường Giang là dòng sông dài nhất Trung Quốc.

长江是中国最长的河流。

Anh ấy là người ít nói nhất trong lớp.

他是班里最不爱说话的人。

Đây là người bạn đồng sự thân nhất của tôi.

这是我最要好的同事。

Tràng Tiền là một trong những siêu thị lớn nhất tại Hà Nội.

长钱是河内最大的超市之一。

Lỗi của họ là ít nhất.

他们的失误最少。

Anh ấy là người làm việc xuất sắc nhất trong nhà máy.

他是全厂干得最好的人。

Giờ đây số người hút thuốc đã ngày càng ít đi.

现在抽烟的人越来越少了。

Thính lực của bố tôi ngày càng kém đi.

我父亲听力越来越差了。

Từ ngữ bổ sung

chênh lệch 差别，差额　ngang bằng 一样，相等

như nhau 同样的　cùng một cấp hạng 同一档次

Đo đếm Đo lường

计量、度量

Từ then chốt và mẫu câu
常用词语和句型

mặc quần áo	穿衣服
đi giày	穿鞋
đeo găng tay	戴手套
Từ … đến…bao xa?	从······到······有多远?
…dài/rộng/cao/dày bao nhiêu?	······有多长/宽/高/厚?
Cách … có xa không ?	离······远吗?
…cách … mét	······离······米
…bao nhiêu tiền?	······多少钱?
…với nhịp độ…	······以······的速度
…và … có như nhau không?	······和······相同吗?
…chiếm diện tích … mét dài nhân … mét rộng	
······占地面积为······米长······米宽	

Kích thước (dài, rộng, cao, bề dày, độ sâu), Cự ly
尺寸(长度、宽度、高度、厚度和深度)、距离

Bề rộng / Chiều dài của căn buồng này là bao nhiêu mét ?

这间房屋有多少米宽/长?

Tòa tháp này cao bao nhiêu ?

这座塔有多高?

Dán ảnh cỡ nào lên tấm biểu này ?

表格上贴多大的照片?

Màn hình vi tính xách tay của bạn là bao nhiêu inch?

你的手提电脑屏幕是多少英寸的?

Tấm gỗ ván này dày bao nhiêu ?

这块木板有多厚?

Anh ấy lặn sâu được bao nhiêu mét ?

他潜水能够潜到多少米深?

Từ Hà Nội đến thành phố Hồ Chí Minh bao nhiêu cây số?

河内到胡志明市有多少公里?

Từ Băng Cốc đến Chiêng Mai bao nhiêu cây số?

曼谷到清迈的距离是多少?

Từ đây đến cổng trường bao xa ?

从这儿到学校门口有多远?

Cách vịnh Hạ Long có xa không ?

离下龙湾远吗?

Có xa không ?

远吗?

Trả lời

回 答

Căn phòng này dài / rộng 5 mét.

这间屋子长/宽5米。

Dán ảnh chân dung màu 1 tấc (inch) lên bảng biểu.

表格上贴1英寸的彩色免冠照片。

Màn hình của tôi cỡ 12 inch.

我的屏幕是12英寸。

Anh ấy có thể lặn sâu tới 3 mét.

他潜水能够潜到3米深。

Cao 50 mét.

高50米。

Gỗ ván dày 6 centimet.

木板厚6厘米。

Thành phố Hồ Chí Minh nằm ở miền Nam, cách Hà Nội khoảng 1700 ki-lô-mét.

胡志明市位于南方，距河内大约1700公里。

Từ cổng trường đến Học viện / Chuyên ngành chúng tôi chỉ có 120 mét.

从学校大门口到我们学院/系只有120米。

Thư viện cách lớp chúng tôi chỉ có vài bước.

图书馆离我们教室只有几步远。

Công ty chúng tôi cách trung tâm thành phố 5 ki-lô-mét.

我们公司离市中心五公里。

Quảng trường Ba Đình cách hồ Hoàn Kiếm chỉ có vài trăm mét.

巴亭广场离还剑湖几百米远。

Cách đây rất gần.

离这儿很近。

Diện tích, Thể tích, Dung tích
面积、体积、容积

Diện tích của Thái Lan là bao nhiêu ?

泰国的面积有多大？

Diện tích của Trung Quốc gấp bao nhiêu lần diện tích Việt Nam ?

中国的面积是越南的多少倍？

Diện tích căn nhà này là bao nhiêu ?

这间屋子的面积是多少？

Thể tích của chiếc hòm này là bao nhiêu ?

这只箱子的体积是多少？

Dung tích của chiếc tủ lạnh này là bao nhiêu ?

这台冰箱的容积是多大？

Trả lời

回 答

Diện tích của Thái Lan là hơn 513 nghìn ki-lô-mét vuông.

泰国的面积是51万3000多平方公里。

Diện tích của Trung Quốc gấp khoảng 30 lần so với Việt Nam.

中国的面积大约是越南的30倍。

Diện tích khu trường chúng tôi khoảng 1,5 héc-ta.

我校校园面积有1.5公顷。

Diện tích căn buồng này là 20 mét vuông.

屋子的面积是20平方米。

Thể tích của chiếc hòm này là 1,5 mét khối.

箱子的体积是1.5立方米。

Dung tích của chiếc tủ lạnh này là 216 lít.

冰箱的容积是216升。

❀ Chiều cao thân thể và mã số
～ 身高和码数 ～

Ông cao bao nhiêu ạ ?

您有多高？/您的身高是多少？

Chiều cao trung bình của người ở khu vực này là bao nhiêu nhỉ?

本地区的人的平均身高是多少?

Ông mặc áo cỡ bao nhiêu?

您穿多大号的衣服?

Anh đi giày cỡ bao nhiêu?

您穿多大尺码的鞋?

Anh đeo găng tay cỡ này có vừa hay không?

这个码数的手套合适吗?

Trả lời

 回答

Tôi cao 1,72 mét (một mét bảy hai).

我身高1.72米。

Chiều cao trung bình của nam giới tuổi thành niên ở khu vực này là 1 mét 67.

本地区成年男性的平均身高是167cm。

Tôi mặc (áo sơ-mi) cỡ 41.

我穿41号(衬衣)。

Tôi đi (giày) cỡ 38.

我穿38码(鞋子)。

Mã số này tôi không vừa.

这号码不合适。

Tôi cần cỡ giày to / nhỏ một chút.

我要稍大 / 稍小一点号码的鞋。

Cần to hơn / nhỏ hơn một cỡ.

要大 / 小一码的。

Cần to hơn nửa cỡ.

需要再大半码。

Trọng lượng
重量

Trọng lượng cơ thể của anh là bao nhiêu ?

你的体重是多少？

Ông cân nặng bao nhiêu ?

您有多重？

Bưu kiện này nặng bao nhiêu nhỉ ?

这个包裹重量是多少？

Xin cho biết lá thư này cân nặng bao nhiêu ?

请告诉我这封信的重量好吗？

Hành lý được gửi miễn phí là bao nhiêu ki-lô-gam ?

免费托运行李是多少公斤？

Trả lời

 答

Thể trọng của tôi là 50 ki-lô-gam.

我的体重是50公斤。

Có thể miễn phí gửi 20 ki-lô-gam hành lý.

可以免费托运20公斤行李。

Hành lý của ông nặng 42 ki-lô, vì vậy ông phải chi trả phần vượt hạn

ngạch cho phép.

您的行李重42公斤，所以您得付超重部分的行李费。

Bưu kiện này nặng 1,2 kg.

这个包裹重1.2千克。

Bức thư này nặng quá 20 gam (so với mức quy định).

这封信超过（规定的）20克了。

Tốc độ và nhịp độ
速度与节奏

Vận tốc xe của anh là bao nhiêu ?

您的车车速是多少?

Tạp chí này bao lâu thì xuất bản một kỳ ?

这本杂志多久出一期?

Nhịp độ tăng của vật giá ra sao ?

物价上涨的速度如何?

Trả lời

回 答

Vận tốc của xe là 120 ki-lô-mét / giờ.

车速每小时120公里。

Tạp chí chúng tôi mỗi năm xuất bản 4 số.

我们的杂志每年出四期。

Vật giá gia tăng với nhịp độ 9% mỗi năm.

物价以每年9%的速度上涨。

Điện thế, công suất và điện lượng
电压、功率和电量

Trung Quốc / Thái Lan sử dụng điện thế bao nhiêu vôn ?

中国/泰国使用的电压是多少伏?

Công suất của chiếc tủ lạnh này là bao nhiêu?

这台电冰箱的功率是多少?

Điện thế của chiếc radio mi-ni này là bao nhiêu ?

这台袖珍收音机的电压是多少伏?

Tháng này đã sử dụng bao nhiêu độ / kilo-oat giờ điện ?

这个月用了多少度电？

Công suất nhà máy điện này là bao nhiêu kilo-oat giờ ?

这座发电厂发电量是多少千瓦时？

Trả lời

 回 答

Trung Quốc sử dụng điện thế 220 vôn.

中国使用的电压是220伏。

Việt Nam sử dụng điện thế 220 vôn, còn Mỹ thì dùng điện 110 vôn.

越南的电压是220伏，而美国是110伏。

Điện thế dùng cho chiếc tủ lạnh này là 110 / 220 vôn.

这台冰箱的电压是110 / 220 伏。

Điện thế dùng cho chiếc máy thu thanh mi-ni này là 6 vôn.

这台袖珍收音机的电压是6伏的。

Tháng này tôi dùng 120 kwh điện.

我这个月用了120 度电。

Công suất hàng tháng của nhà máy điện này là 5 triệu kwh.

这座发电厂月发电量为500万千瓦时 。

<h2 style="text-align:center">Từ ngữ bổ sung</h2>

 补 充 词 汇

mẫu 亩   lạng 两   ampe 安倍，安   mê-ga-oát 兆瓦

bán cân 称重出售   bán lẻ 零售   bán sỉ 批发   điểm số 分数

Chữ số và Số lượng

数字和数量

Từ then chốt và mẫu câu
常用词语和句型

tròn X tuổi	满X岁
số mấy	第几
đứng thứ X	第X 名
hạng nhất / hạng nhì / hạng ba	一流 / 二流 / 三流
từ … tăng lên tới…	从……增至……
chứ không phải là …	而不是……
…chiếm … tổng mức	……占总数的……
…bao nhiêu người	……多少人
tăng với nhịp độ trung bình mỗi năm X%	以年平均X%的速度增长
…tăng …so với cùng kỳ…	与……同期相比……增
	加……

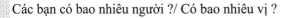

Các bạn có bao nhiêu người ?/ Có bao nhiêu vị ?

你们有几个人？/你们几位？

Gia đình bạn có mấy người ?

您家有几口人？

Bạn có mấy anh chị em ?

你有几兄妹？

83

Lớp các bạn có bao nhiêu học sinh nam và bao nhiêu học sinh nữ ?

你们班里有多少男生和女生?

Đoàn các bạn có mấy người ? / Đoàn các bạn có bao nhiêu người?

贵团一共几位? / 你们团有多少人?

Các bạn (đi) có đông không ?

你们人多吗?

Công ty của các bạn có bao nhiêu công nhân viên chức ?

你们公司有多少员工?

Dân số tỉnh bạn là bao nhiêu? / Dân số thành phố của bạn là bao nhiêu người?

贵省有多少人口? / 贵市的人口是多少?

Anh bao nhiêu tuổi ạ ?

你多大了?

Anh sinh năm nào?

你是哪一年出生的?

Thiếu nhi vào học vào lúc mấy tuổi ?

儿童从几岁起上学?

Tòa lầu này có bao nhiêu phòng ?

这栋楼有多少个房间?

Lượng tồn trữ sách trong thư viện nhà trường các bạn là bao nhiêu ?

你们学校图书馆的藏书量是多少?

Lương của vị viên chức này là bao nhiêu ?

这位公务员的工资是多少?

Thu nhập hàng tháng / hàng năm của ông ấy là bao nhiêu ?

他每月 / 每年挣多少钱?

Thu nhập của anh nhiều gấp 3 lần của tôi, có đúng thế không?

你的收入比我多了两倍，是这样吗?

Chiếc quần bạn mặc dài đến đâu ?

你穿多长的裤子？

Chiếc xe con này giá bao nhiêu ?

这辆小车价格是多少？

Tỉ lệ thi đạt lần này là bao nhiêu phần trăm ?

这次考试及格率是多少？

Ngân hàng cần thu bao nhiêu thủ tục phí ?

银行要收多少手续费呢？

Sản lượng lúa năm khu vực các bạn là bao nhiêu ?

贵地区稻米的年产量是多少？

Đến cuối tháng 6 doanh số của công ty chúng ta đã thực hiện là bao

nhiêu ?

截至六月底，我们公司实现的营业额是多少？

Giờ sách tới trang số mấy ?

把书打开到第几页？

Các bạn ở tầng mấy ?

你们住在第几层？

Đại hội Thể dục thể thao Olimpic Bắc Kinh năm 2008 là Đại hội khóa

thứ mấy?

2008年在北京举行的奥运会是第几届？

Trong kỳ thi tiếng Pháp chị ấy đứng thứ mấy ?

她的法语考试得了第几？

Trả lời

Chúng tôi tất cả 11 người.

我们一共11人。

Gia đình tôi 5 người: Bà nội, cha mẹ, anh tôi và tôi.

我们家一共5口人：祖母、父母、哥哥和我。

Lớp tôi có 19 người.

我们班上有19人。

Trong đoàn đại biểu có 4 thị trưởng và một số đông các doanh nghiệp.

代表团里有4位市长和多位企业家。

Trong vòng 10 năm mà số viên chức của nhà xuất bản này đã tăng lên gấp đôi.

十年间，这家出版社的人员数量翻了一番。

Số nhân viên của công ty này đã gấp đôi so với 10 năm trước.

这个公司的人数是十年前的两倍。

Năm nay, số học sinh dự thính sẽ tăng trên 100 em.

今年，旁听生人数将增加一百人以上。

Dân số của thành phố Hà Nội là ngót 10 triệu người.

河内市人口已接近1000万人。

Dân số của Việt Nam bằng chừng 1/15 dân số Trung Quốc.

越南的人口是中国的十五分之一。

Dân số của nước này giảm 6,5%.

这个国家的人口减少了6.5%。

Tôi (năm nay) 19 tuổi.

我（今年）19岁。

Tôi vừa mừng sinh nhật tuổi 50.

我刚过50岁生日。

Tôi sinh ngày 5 tháng 10 năm 1995.

我是1995年10月5日出生的。

Anh ấy mới 5 tuổi đã cắp sách đến trường.

他5岁的时候就上学了。

Lương tháng của vị viên chức này là 1500 đồng Ê-ro.

这位公务员每月的薪水是1500欧元。

Lương tháng là 3800 đồng.

每月工资3800元。

Giá bán của chiếc xe con này là 253.800 đồng. Bạn có thể trả góp.

这车零售价为253800元。你可以分期付款。

Tỉ lệ thi đạt là 80%.

及格率是80%。

Sản lượng năm chừng 500.000 tấn.

年产量大约是50万吨。

Năm nay, sản xuất nông nghiệp tăng 10% so với cùng kỳ năm ngoái.

与去年同期相比，今年农业生产增长了10%。

Sáu tháng đầu năm nay, công ty chúng tôi đã thực hiện doanh số là 500 triệu đồng.

我们公司上半年已实现的营业额为5亿盾。

Mức tăng doanh số tiêu thụ năm nay của chúng tôi không quá 2%.

今年，我们的销售额增长不超过2%。

Chúng tôi ở tầng 6.

我们住在六层。

Tôi đứng thứ 3.

我排行第三。

Trong 5 người thì tôi đứng thứ 4.

五个人里我排第四。

Khóa 29.

第29届。

Từ ngữ bổ sung

sản xuất công nghiệp 第二产业，工业

ngành dịch vụ 第三产业，服务业　lần thứ... 第……次

khóa 届，次　á quân 亚军　độ tuổi 年龄，岁数

chỉ số 指数　thông số kỹ thuật 技术参数　chỉ tiêu 指标

tính tổng cộng 总计，共计　tính bình quân 平均，按平均算

tính theo thời giá 按时价算　tính theo giá thị trường 按市价计

quy đổi ra ngoại tệ 按外币计算

 **Thời tiết**

 天　气

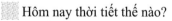

Từ then chốt và mẫu câu

常用词语和句型

đẹp trời	天气好
thời tiết xấu	天气不好
đẹp trời rồi / trời trở xấu	天气好转 / 变坏
trời nắng/râm	晴/阴天
Mưa tuyết/đá rồi.	下雪/冰雹了。
dự báo …	预报……
Hôm nay thời tiết thế nào?	今天天气怎么样?

Hôm nay thời tiết thế nào?

今天天气怎么样?

Hôm nay đẹp trời rồi.

今天天气好转了。

Hôm nay đổi trời rồi.

今天天气变了。

Hôm nay trời trở lạnh.

今天变冷了。

Trời hôm nay oi bức.

今天天气闷热。

Trời càng ngày càng nóng / rét / khô hanh.

天气越来越热/冷/干燥了。

Trời nắng / râm / nổi gió.

晴天 / 阴天 / 刮风。

Hiện giờ đang là gió bão cấp 12.

现在刮12级台风。

Mưa rồi.

下雨了。

Mưa rào / nhỏ / phùn / bóng mây / mưa to.

下阵雨 / 小雨 / 毛毛雨 / 太阳雨 / 大雨。

Không khí lạnh về rồi.

寒潮来了。

Mưa tuyết / đá rồi.

下雪/冰雹了。

Đóng băng rồi.

结冰了。

Bão rồi.

台风来了。

Nhiệt độ hôm nay là bao nhiêu?

今天的气温是多少度?

Dự báo thời tiết ngày mai thế nào?

天气预报明天的天气怎么样?

Trả lời

Hôm nay trời đẹp / xấu.

今天的天气好 / 不好。

Trời hôm nay rất đẹp.

今天天气很好。

Hôm nay trời ấm.

今天天气暖和。

Trời nóng / lạnh / mát / hanh / ẩm.

天气热 / 冷 / 凉 / 干燥 / 潮湿。

Có sương mù / mây / mưa.

有雾 / 云 / 雨。

Tôi thấy nóng / lạnh.

我觉得热 / 冷。

Tôi sợ nóng / rét.

我怕热 / 冷。

20 độ / 0 độ / Âm 5 độ.

20度 / 0度 / 零下5度。

Dự báo thời tiết ngày mai đẹp trời.

天气预报说明天天气好。

Dự báo nhiều mây, có mưa.

预报多云，有雨。

Dự báo tối nay sẽ có mưa bão.

预报今晚有暴风雨。

<h2 style="text-align:center">Từ ngữ bổ sung</h2>

nắng 晴，晴天，出太阳　tạnh 雨停，天晴　gió nhẹ 微风

gió bắc 北风　gió nồm 南风　gió mùa 季风　hướng gió 风向

sấm 雷，打雷　sét 闪电　không khí lạnh 冷空气

Ngày tháng và Mùa

日期与季节

Từ then chốt và mẫu câu

常用词语和句型

năm nào	哪一年
tháng/ngày mấy	几月/号
thứ mấy	星期几
…sinh vào…	……出生于……
…là thứ mấy?	……是星期几？
Hôm nay là ngày mấy?	今天是几号？
Mùa này là mùa xuân / hạ / thu / đông.	
现在是春天 / 夏天 / 秋天 / 冬天。	

Anh sinh vào năm nào?

你是哪年出生的？

Mùa này là mùa gì?

现在是什么季节？

Tháng này là tháng mấy?

现在是几月份？

Hôm nay là thứ mấy?

今天是星期几？

Ngày 12 là thứ mấy?

12号是星期几？

Hôm nay là ngày mấy / mồng mấy?

今天是几号 / 多少号？

Tối ngày mồng 8 chúng ta đi xem phim.

8号晚上我们去看电影。

Anh sang Trung Quốc vào năm nào?

你哪年到中国的？

Anh đi ngày mai hay ngày kia?

你明天走还是后天走？

Tuần phim khai mạc vào hôm nào?

电影周哪天开幕？

Trả lời

Năm nay là năm 2015.

今年是2015年。

Mùa này là mùa xuân / hạ / thu / đông.

现在是春天 / 夏天 / 秋天 / 冬天。

Tháng này là tháng một / hai / ba / tư / năm / sáu / bảy / tám / chín / mười / mười một / mười hai (tháng dương lịch).

这个月是1月 / 2月 / 3月 / 4月 / 5月 / 6月 / 7月 / 8月 / 9月 / 10月 / 11月 / 12月（阳历）。

Tháng này là tháng giêng / chạp (tháng âm lịch).

这个月是正月 / 腊月（阴历）。

Hôm nay là thứ hai / ba / tư / năm / sáu / bảy / chủ nhật.

今天是星期一/星期二/星期三/星期四/星期五/星期六/星期日。

Hôm nay là ngày mồng 8 tháng 3 năm 2015.

今天是2015年3月8日。

Hôm nay thứ hai, ngày mồng 1 tháng 10.

今天是10月1日，星期一。

Tôi sinh năm 1995.

我生于1995年。

Hôm nay chủ nhật, mọi người đều ra phố chơi.

今天是星期天，大家都去逛街。

Tuần phim sẽ khai mạc vào ngày 18 tháng này.

电影周本月18日开幕。

Từ ngữ bổ sung

hôm qua 昨天　hôm kia 前天　ngày kìa 大后天　tuần 周，星期

mồng một 初一　ngày rằm 十五　đầu tháng 月初

cuối tháng 月底　quý 季度　nửa năm 半年　đầu năm 年初

cuối năm 年底　sang năm 明年　năm ngoái 去年

năm tới 来年　thập kỷ 年代　thế kỷ 世纪

Thời gian

时　间

Từ then chốt và mẫu câu
常用词语和句型

đồng hồ nhanh / chậm 3 phút	表（走）快 / 慢3分钟
mấy giờ…	几点……
Đến giờ …	……时间到了。
… nữa sẽ …	再过……就……
… mất khoảng …	……大约需要……
… đúng	……点整
…từ …giờ đến … giờ	……从……点到……点
Bây giờ là giờ nghỉ giải lao.	现在是休息时间。

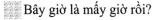 Bây giờ là mấy giờ rồi?

现在几点了？

Đồng hồ của anh mấy giờ?

你的表几点了？

Mấy giờ thì lên lớp / tan học?

几点上课 / 下课？

Cửa hàng mở cửa từ mấy giờ sáng đến mấy giờ tối?

商店的营业时间是从早上几点到晚上几点？

Đồng hồ tôi nhanh / chậm 3 phút.

我的表快 / 慢3分钟。

Bây giờ là giờ nghỉ giải lao.

现在是休息时间。

Đến giờ xuất phát rồi.

出发时间到了。

Tàu tốc hành đi Bằng Tường chạy lúc 8 giờ sáng.

到凭祥的直快火车早上8点开车。

Tôi hẹn ông ấy 10 rưỡi gặp nhau.

我约他10点半见面。

Khoảng 18 giờ tôi đến đón ông.

我大概18点来接你。

2 tiếng nữa tôi sẽ khởi hành.

再过两小时我就出发。

Lát nữa tôi sẽ về.

我一会就回来。

Tham quan phải mất khoảng 1 tiếng rưỡi.

参观需要1个半小时左右。

Đi tàu cao tốc từ Quảng Châu đến Thâm Quyến mất khoảng 1 tiếng đồng hồ.

乘坐高速火车从广州到深圳大概需要1个小时。

Đi taxi từ sân bay đến khách sạn mất khoảng 40 phút.

乘坐出租车从机场到宾馆要40分钟左右。

Đi ô-tô từ nhà ga đến khách sạn mất khoảng 15 phút.

乘坐汽车从火车站到宾馆约15分钟。

Giờ Trung Quốc và giờ Việt Nam chênh nhau 1 tiếng đồng hồ.

中国与越南的时差为1个小时。

Anh ấy mỗi lần đọc bài tiếng Anh đều không ít hơn / không quá 2 tiếng đồng hồ.

他每次朗读英语课文不少于/不超过两个小时。

Trả lời

 答

6 giờ sáng / chiều.

早上 / 下午6点。

Bây giờ là 7 giờ đúng.

现在是7点整。

4 giờ 20 phút.

4点20分。

1 giờ 15 phút đêm.

凌晨1点15分。

8 rưỡi / 8 giờ 30 phút.

8点半/8点30分。

6 giờ 45 phút.

6点45分。

12 giờ trưa / 12 giờ đêm.

中午12点 / 午夜12点。

Bách hóa đại lầu mở cửa từ 10 giờ sáng đến 10 giờ tối.

百货大楼从早上10点到晚上10点营业。

Anh ấy dùng thời gian 12 giây chạy hết 100 mét.

他跑100米用了12秒。

Từ ngữ bổ sung

ban ngày 白天　ban đêm 晚上，夜晚　buổi sáng 早上

buổi trưa 中午　buổi chiều 下午　tối 天黑，晚上　đêm 夜晚

khuya 深夜　chập tối 傍晚　chiều tối 傍晚，黄昏

nửa đêm 半夜　sáng tinh mơ 清晨，清早　tờ mờ sáng 拂晓，破晓

chập choạng tối 天刚黑，太阳刚下山

Phần II
Khẩu ngữ thường dùng trong công việc và sinh hoạt

第二部分
工作生活常用口语

Xin visa / giấy tạm trú

申请签证 / 居留证

Từ then chốt và mẫu câu
常用词语和句型

làm thủ tục	办手续
Có phải … không?	要……吗？
…có được không?	……可以吗？
nếu … thì…	如果……就……
đưa …cho …	把……交给……

xin visa thương mại / công vụ / du lịch / học sinh / đi lại

申请商务/公务/旅游/学生/往返签证

Visa phải bao lâu mới được?	办签证要多长时间？
Anh đi Việt Nam có việc gì?	你到越南有什么事？

Tôi muốn xin visa thương vụ / công vụ đi Việt Nam.

我想申请去越南的商务 / 公务签证。

Tại Lãnh sự quán hay Đại sứ quán
在领事馆或大使馆

Người xin visa

申 请 人

Tôi muốn xin visa đi Việt Nam du lịch / lưu học.

我想申请去越南旅游 / 留学的签证。

Xin visa lưu học cần làm những thủ tục gì?

申请留学签证要办什么手续？

Tôi muốn xin visa thương vụ / công vụ đi Việt Nam.

我想申请去越南的商务 / 公务签证。

Tôi muốn xin visa đi Trung Quốc phải làm thủ tục như thế nào?

我想申请去中国的签证该怎么办手续？

Tôi muốn xin visa 3 tháng đi lại nhiều lần.

我想申请3个月多次往返的签证。

Xin hỏi từ Bằng Tường sang Lạng Sơn có cần làm visa không?

请问从凭祥去谅山要不要办理入境签证？

Xin ông cho biết cần làm những thủ tục gì?

请问要办哪些手续？

Có phải nộp thêm ảnh không?

还要交相片吗？

Ảnh màu hay ảnh đen trắng? Cỡ bao nhiêu?

要彩色照片还是黑白照片？什么规格的？

Visa phải bao lâu mới được?

办签证要多长时间？

Tôi muốn xin visa thời hạn 1 năm.

我想申请有效期为一年的签证。

Tôi muốn biết tại sao tôi không được cấp visa 1 năm.

我想知道为什么我不能办一年期的签证。

Xin hỏi chị, visa 3 tháng đi lại một lần phải nộp bao nhiêu lệ phí?

请问，办三个月的一次往返签证要交多少费用？

Xin vìsa 6 tháng đi lại nhiều lần mất bao nhiêu tiền lệ phí?

申请6个月多次往返签证要交多少钱？

▨ Xin visa thương vụ đi lại nhiều lần trong 1 năm phải nộp bao nhiêu lệ phí?

申请一年多次往返的商务签证需要多少费用？

▨ Nộp lệ phí visa bằng đô-la Mỹ hay Nhân dân tệ?

签证费是付美元还是人民币？

▨ Tôi muốn gửi hộ chiếu qua bưu điện để xin visa có được không?

我可以通过信函来申请签证吗？

▨ **Nhân viên**

▨ Ông có giấy mời không?

您有邀请信吗？

▨ Anh đi Việt Nam có việc gì?

你到越南有什么事？

▨ Chị muốn ở lại Việt Nam bao lâu?

你想在越南逗留多长时间？

▨ Nếu ở lại không quá 3 ngày thì không cần xin visa hộ chiếu nhưng phải làm giấy thông hành.

如果停留时间不超过3天就不用办护照签证，但要办通行证。

▨ Nếu xin visa lưu học, phải có giấy thông báo nhập học của trường đại học Việt Nam.

如果申请留学签证，要有越南大学的入学通知书。

▨ Xin anh khai tờ khai này.

请你填写这张申请表。

▨ Anh đưa hộ chiếu và nộp 2 chiếc ảnh cho tôi.

请把你的护照和两张照片交给我。

▨ Nộp 2 chiếc ảnh màu cỡ 4 × 6.

要交两张4×6的彩色照片。

Tiền lệ phí là 50 USD.

签证费是50美元。

Một tuần sau anh có thể đến lấy.

一星期后来取护照。

Nếu anh cần thì chúng tôi có thể gửi qua bưu điện cho anh.

如果你需要，我们可以邮寄给你。

Anh cần đến Cục quản lý công việc xuất nhập cảnh để gia hạn visa trước khi visa hết hạn.

您必须在签证到期之前到出入境管理局去办理签证延期手续。

Giấy tờ của anh chưa đầy đủ, còn phải bổ sung thêm.

你的证件还不齐全，需要补充。

Từ ngữ bổ sung

Đông Hưng 东兴　Móng Cái 芒街　giấy biên phòng 边防证

giấy sức khỏe 健康证　giấy tạm trú 暂住证（居留证）

thư mời 邀请信（函）giấy tờ 材料，证件

bản kê khai 表格　có giá trị 有效

mục đích 目的，动机　khảo sát 考察　phê chuẩn 批准

ký tên 签名　đóng dấu 盖章　sở Công an 公安局

công an biên phòng 边防警察

Qua biên phòng và hải quan

过边检及海关

Từ then chốt và mẫu câu
常用词语和句型

xuất trình hộ chiếu	出示护照
báo hải quan	海关申报
visa hết hạn sử dụng	签证过期
quá mức quy định	超过规定
…chưa?	……了没有？/……了吗？
phải…đã	要先……
Anh có gì phải khai báo hải quan không?	你有什么需要申报的吗？

Công an biên phòng

边 防 警 察

Đề nghị các anh xuất trình hộ chiếu.

请出示你们的护照。

Anh đã kê khai giấy nhập cảnh chưa?

你填好入境卡了没有？

Có giấy tiêm chủng / sổ kiểm dịch chưa?

有预防接种证了吗？

Visa của anh đã hết hạn, anh phải làm lại.

你的签证过期了，要重办。

Mục này phải ghi rõ địa chỉ cụ thể.

这项要填具体的地址。

Ghi rõ điện thoại liên lạc ở Việt Nam / Trung Quốc.

请注明在越南 / 中国的联系电话。

Được rồi, đã làm xong thủ tục, anh có thể đi rồi.

好了，手续办完了，你可以入境了。

Người nhập cảnh

Đây là hộ chiếu của chúng tôi.

这是我们的护照。

Đây là giấy tiêm chủng / sổ kiểm dịch.

这是预防接种证。

Tôi đã có giấy sức khỏe.

我有健康证。

Có cần xem chứng minh thư không?

要检查身份证吗？

Tờ khai thế này đúng chưa?

这样填写对了吗？

Có phải ghi rõ địa chỉ của nơi tạm trú không?

要填写暂住地址吗？

Có cần phải ghi rõ thời gian ở lại bao lâu không?

要注明逗留时间吗？

Nhân viên hải quan

Anh có gì phải khai báo hải quan không?

你有什么需要申报的吗？

Anh có mang nhiều tiền quá mức quy định không?

你带的钱有没有超过规定？

Chị có mang hàng gì phải nộp thuế không?

你带有要上税的物品吗？

Có mang hàng cấm gì không?

你带有什么违禁品吗？

Đây là tờ khai hải quan, anh hãy kê khai, rồi đợi chúng tôi kiểm tra.

这是海关申报单，请你填好，然后等待我们检查。

Đề nghị ông phối hợp công tác kiểm tra của chúng tôi.

请您配合我们的检查。

Anh chỉ cần khai những thứ mà trên tờ khai có.

您只需要填写申报单上列出的物品。

Những loại hàng cần nộp thuế đều phải kê khai.

所有的上税物品都应申报。

Anh có mấy kiện hành lý?

您有几件行李？

Theo quy định mỗi kiện hành lý đều phải kiểm tra, nếu không thì phải có giấy phép.

按规定每件行李都要检查，否则要有免检证。

Trong va-li có những gì?

皮箱里有什么东西？

Mở va-li cho chúng tôi xem.

打开箱子给我们看看。

Cái này có thể miễn thuế.

这件物品可以免税。

Những thứ này phải đóng thuế.

这些物品要上税。

Sang bên kia làm thủ tục nộp thuế.

到那边办理上税手续。

Mỗi người được tiêu chuẩn mang hai chai rượu và hai tút thuốc lá.

每个人允许带两瓶酒和两条香烟。

Trẻ em không được phép mang rượu và thuốc lá.

小孩不允许带酒和香烟。

Máy tính xách tay theo quy định phải nộp thuế.

按规定手提电脑要上税。

Nếu có giấy phép thì được miễn thuế.

如果有批文可以免税。

Anh có mang ngoại tệ không?

您带有外币吗?

Đây là những thứ hàng cấm, phải tịch thu.

这是违禁品,要没收。

Tờ khai của anh không đúng sự thật, anh có ý định trốn thuế.

您的申报不真实,你有意逃税。

Đĩa này có nội dung gì? Chúng tôi phải kiểm tra đã.

这张碟是什么内容? 我们先检查一下。

Cái máy fax này có hóa đơn không?

这台传真机有发票吗?

Được rồi, anh có thể đi được rồi.

好了,你可以走了。

Cám ơn sự phối hợp của ông.

谢谢您的配合。

Người nhập cảnh

Tôi không có gì cần phải kê khai.

我没有什么要申报的。

Tôi không có hàng cấm.

我没带违禁品。

Ba kiện hành lý này là của tôi.

这三件行李是我的。

Tôi chỉ có một chiếc va-li và hai hòm giấy / carton.

我只有一个皮箱和两个纸箱。

Của tôi chỉ có những đồ dùng hàng ngày.

这些都是我的日常用品。

Những thứ này có phải liệt kê ra không?

这些物品都要列出来吗？

Trong hòm giấy này chỉ có mấy quyển từ điển và những quà vặt để biếu

họ hàng, bạn bè.

这纸箱里只有几本工具书和一些送给亲戚朋友的小礼物。

Tôi có mang một máy ảnh kỹ thuật số.

我带了一台数码相机。

Phải nộp bao nhiêu tiền thuế?

要交多少税？

Xin cứ kiểm tra.

请检查。

Mỗi hộ chiếu được phép mang bao nhiêu tiền mặt?

每本护照允许带多少现金？

Từ ngữ bổ sung

xuất cảnh 出境　chất dễ cháy 易燃品　chất dễ nổ 易爆品

đồ cổ (văn vật) 古董（文物）　thuốc nổ 火药　thuốc độc 毒药

hê-rô-in 海洛因　thịt chế biến 肉制品　các loại hoa quả 各类水果

hạt giống 种子　tiêu bản động / thực vật 动 / 植物标本

thông lệ 惯例　danh mục 目录

Giao thông vận tải

交通运输

Từ then chốt và mẫu câu
常用词语和句型

đặt vé máy bay / tàu	预订机票/火车票
làm thủ tục lên máy bay	办理登机手续
cài dây an toàn	系安全带
gửi hành lý	托运行李
đỗ lại giữa chừng	中途停靠
quệt mã vạch hai chiều	扫二维码
chậm giờ cất cánh / lui lại thời gian cất cánh	起飞推迟/延误
lui lại ngày khởi hành	推迟出发日期
quả là…	实在是……

đi tàu / máy bay / tàu cao tốc / xe buýt / tắc-xi

乘坐火车/飞机/高铁/公交车/出租车

Tôi muốn đặt hai vé máy bay đi thành phố Hồ Chí Minh.

我要订两张到胡志明市的机票。

Đi máy bay
乘飞机

Hành khách

 乘 客

Xin hỏi nhờ anh, làm thế nào để mua được vé máy bay điện tử?

请您告诉我，如何购买电子机票？

Sau khi đã mua vé máy bay điện tử thì ta cần làm những gì?

有了电子机票之后又该怎么办？

Đi máy bay bằng vé điện tử liệu có phiền phức lắm hay không?

持电子机票乘机是不是很麻烦？

Xin hỏi mỗi tuần có mấy chuyến máy bay từ thành phố Hà Nội / Hồ Chí

Minh đi Nam Ninh / Quảng Châu / Bắc Kinh / Thượng Hải?

请问从河内/胡志明市飞往南宁/广州/北京/上海的飞机每周有几班？

Mỗi vé bao nhiêu tiền?

每张票价是多少？

Trả bằng đô-la hay Nhân dân tệ / tiền Việt?

付美元还是人民币 / 越盾？

Có phải đặt vé trước không?

要预订吗？

Khi mua vé có cần mang hộ chiếu không?

买票时要出具护照吗？

Bây giờ mua vé có được giảm giá không?

现在买票可以打折吗？

Tôi muốn mua một vé bay Bắc Kinh vào hồi 10 giờ sáng ngày 20 tháng 5.

我想买一张5月20日上午10点去北京的机票。

Tôi muốn đặt hai vé máy bay đi thành phố Hồ Chí Minh.

我要订两张到胡志明市的机票。

Xin hỏi đây là chuyến bay của hãng hàng không nào?

请问这班飞机是哪个航空公司的？

Là hãng hàng không Nam Phương hay Việt Nam Airline?

是南方航空公司还是越南航空公司？

Có bán vé khứ hồi không?

可以买往返机票吗？

Mua vé đi một lượt có được giảm phần trăm không?

买单程机票可以打折吗？

Lệ phí sân bay / bảo hiểm mua ở đâu?

机场建设费 / 保险费在哪里购买？

Làm thủ tục check-in ở đâu?

在哪里办理登机手续？

Tôi muốn mua một vé sát cửa sổ / lối đi.

我想要靠窗/过道的位置。

Tôi muốn lùi lại ngày đi.

我想推迟出发的时间。

Máy bay từ Bắc Kinh đến Hà Nội có qua Nam Ninh không?

从北京到河内要经停南宁吗？

Tôi phải đến sân bay trước mấy giờ?

我要在几点之前到达机场？

Làm thủ tục gửi hành lý ở đâu?

在哪里办理行李托运手续？

Mỗi người được tiêu chuẩn mang bao nhiêu ki-lô hành lý?

每人可以携带多少公斤行李？

Hành lý quá tiêu chuẩn phải trả bao nhiêu tiền?

行李超重要付多少钱？

Ở đây có nơi bảo quản / gửi hành lý không?

这里有行李保管处 / 寄存处吗?

Lên máy bay ở cửa số mấy?

在几号门登机?

Máy bay mấy giờ cất cánh / hạ cánh?

飞机几点起飞 / 降落?

Tôi đi lấy hành lý.

我去取行李。

Nhân viên sân bay

机 场 人 员

Bạn có thể truy cập trang web liên quan rồi thao tác theo sự hướng dẫn là có thể đặt mua được vé điện tử.

你可以到相关网站，按提示操作选购机票。

Bạn chỉ cần nhấn phím vào trang web, đặt vé sau đó trả tiền trên mạng là được.

您点击相关网站，预订机票，然后在网上付钱。

Sau khi đến sân bay bạn có thể làm thủ tục check-in, xuất trình giấy chứng minh hay hộ chiếu là có thể nhận được tấm các check-in và lên máy bay.

您到了机场之后，办理登机手续，出示身份证或护照，就可以直接拿到登机卡登机了。

(Sử dụng vé máy bay điện tử) Bạn sẽ tránh được những phiền phức như quên vé, mất vé, quả là hết sức thuận tiện.

（使用电子机票）省去遗忘、丢失机票的烦恼，实在太方便了！

Bây giờ thì quét mã vạch hai chiều là cũng có thể lên máy bay rồi.

现在扫二维码也可以登机了。

Thứ 3 và thứ 6 hàng tuần đều có chuyến bay đi Hà Nội.

每周星期二和星期五都有飞往河内的航班。

Đi thành phố Hồ Chí Minh phải bay từ Quảng Châu hoặc Thượng Hải.

去胡志明市要从广州或上海乘坐班机。

Từ Bắc Kinh bay Hà Nội mỗi vé là 300 đô-la Mỹ (USD).

从北京到河内的票价是300美元。

Chuyến bay này đã hết vé rồi.

这趟航班已经没有座位了。

Ông muốn mua vé đi một lượt hay vé khứ hồi?

您想买单程票还是往返票?

Nếu mua vé khứ hồi thì được giảm phần trăm.

如果买双程票可以打折。

Hiện đang là mùa du lịch, phải đặt vé trước một tuần.

现在是旅游旺季，要提前一周订票。

Phải đến sân bay trước giờ máy bay cất cánh 1 tiếng đồng hồ.

要在飞机起飞前一个小时到达机场。

Theo quy định mỗi người chỉ được mang 20 ki-lô hành lý.

按规定每人只能携带20公斤行李。

Hành lý quá tiêu chuẩn một ki-lô phải trả thêm 200 đồng.

行李超重每公斤要交200元。

Ông cho hành lý lên đây cân.

请您把行李放在这儿过磅。

Đây là thẻ lên máy bay và thẻ (card) gửi hành lý của ông.

这是你的登机牌和行李托运单。

Xin mời quý khách đi Hà Nội / Bắc Kinh vào phòng đợi, chuẩn bị lên máy bay.

请乘坐河内 / 北京航班的乘客到候机室等候，准备登机。

Do tình hình thời tiết chuyến bay phải lùi lại 2 tiếng đồng hồ mới cất cánh.

由于天气原因，航班将推迟两小时起飞。

Chuyến bay hôm nay do máy bay bị trục trặc, nên tạm dừng chuyến bay.

今天的航班由于机械故障被取消。

Tiếp viên hàng không

 空 中 小 姐

Máy bay sắp cất cánh / hạ cánh, xin quý khách thắt chặt dây an toàn và nhớ tắt điện thoại di động.

飞机就要起飞 / 降落了，请旅客们系好安全带，关闭手机。

Xin quý khách không hút thuốc trên máy bay.

请旅客不要在飞机上吸烟。

Xin quý khách mở / gấp bàn ăn trước ghế ra / lại.

请旅客把小餐桌打开/收起。

Bây giờ chúng tôi sẽ phục vụ bữa trưa tận nơi cho quý khách.

现在我们将为旅客提供中餐。

Ông dùng cơm hay mì?

请问您吃饭还是吃面？

Xin hỏi ông cần dùng đồ uống gì ạ?

请问您要喝点什么？

Đi tàu
乘火车

Hành khách

 乘 客

Xin hỏi phòng bán vé tàu liên vận quốc tế ở đâu?

请问国际联运列车售票处在哪里？

Mỗi tuần có mấy chuyến tàu liên vận?

每周有几列联运火车？

Xin hỏi mua vé đi thành phố Hồ Chí Minh ở cửa số mấy?

请问在哪个窗口出售去胡志明市的车票？

Mỗi ngày có mấy chuyến tàu vào thành phố Hồ Chí Minh?

每天有几趟火车到胡志明市？

Còn vé giường nằm không?

还有卧铺票吗？

Tôi muốn lấy một vé giường nằm tầng dưới.

我想要一张下铺票。

Giá vé nằm tầng trên là bao nhiêu?

上铺的票价是多少？

Bao nhiêu tiền một vé?

多少钱一张票？

Tôi muốn mua một vé nằm / vé ngồi, bao nhiêu tiền?

我想买一张卧铺 / 硬座票，请问多少钱？

Tàu chạy lúc mấy giờ?

火车几点开？

Mấy giờ đến nơi?

几点到站？

Tàu phải chạy bao nhiêu tiếng đồng hồ mới đến nơi?

火车要行驶多少个小时才到站？

Dọc đường có đỗ nhiều ga không?

路上停的站多吗？

Chuyến này có chạy qua thành phố Vinh không?

这趟车路过荣市吗？

Chuyến tàu này là tàu nhanh hay tàu chậm?

这趟车是直快客车还是普通客车？

Lên tàu ở sân ga số mấy?

在几号站台上车?

Vé của tôi ở toa số mấy? Ghế số bao nhiêu?

我的票是几号车厢? 座位是多少号?

Trên tàu có phục vụ cơm nước không?

车上供应饭菜吗?

Có phải chuyển tàu không?

要转车吗?

Số ghế này có phải của anh không?

这个座位是你的吗?

Tôi thấy lạnh, muốn lấy thêm một cái chăn có được không?

我觉得冷, 想加一床被子可以吗?

Nhân viên phục vụ nhà ga

车站工作人员

Phòng này chỉ bán vé tàu liên vận quốc tế, không bán vé trong nước.

这里只售国际联运列车车票, 不售国内车票。

Mỗi tuần có hai chuyến tàu chạy từ Hà Nội đến Bắc Kinh.

每周有两趟列车从河内开往北京。

Bây giờ chỉ còn vé giường mềm (vé VIP), ông có lấy không?

现在只剩软卧票, 您要不要?

Tàu chạy vào lúc 18 giờ 50 phút.

火车18点50分开。

10 giờ sáng hôm sau đến Nam Ninh.

第二天早上10点到达南宁。

Mua vé đi thành phố Hồ Chí Minh mời sang cửa số 6.

请到6号窗口买去胡志明市的车票。

Mỗi ngày có 3 chuyến tàu vào thành phố Hồ Chí Minh, 2 chuyến tàu chậm và 1 chuyến tàu nhanh.

每天有三趟火车开往胡志明市。两趟普客，一趟直达快车。

Bây giờ chỉ còn vé nằm tầng giữa và tầng trên.

现在只剩中铺和上铺的卧铺票。

Tàu nhanh thì chạy 30 tiếng, tàu chậm thì chạy 36 tiếng mới đến nơi.

直达快车要30个小时，普客要36个小时才到达。

Dọc đường đi qua nhiều ga, cũng chạy qua thành phố Vinh và Huế.

火车途经多个车站，也路过荣市和顺化市。

Lên tàu ở sân ga số 1.

在一号站台上车。

Sắp đến giờ rồi, mời hành khách chuẩn bị lên tàu.

时间快到了，请旅客们准备好行李上车。

Vé của ông ở toa số 8, ghế số 20.

您的票在8号车厢，座位是20号。

Mời sang cửa bên kia kiểm vé vào ga.

请到那边检票进站。

Tàu sắp vào ga thành phố Huế, mời quý khách sửa soạn hành lý của mình, chuẩn bị xuống tàu.

火车快进顺化站了，请旅客收拾好行李，准备下车。

Đi xe buýt
乘公共汽车

Hành khách

Xin hỏi đi xe số 4 ở bến xe nào?

请问坐4路车在哪个车站上车？

Đi quảng trường Ba Đình phải đi xe số mấy?

请问去巴亭广场坐几路车？

Tuyến xe này có chạy qua Trung tâm Thương mại không?

这路车经过商业中心吗？

Từ đây đến Cầu Giấy phải đi bao nhiêu trạm?

从这儿到纸桥要坐多少站？

Xe buýt ở đây rất tiện, bến xe ở ngay đầu phố.

这里的公共汽车很方便，车站就在这条街道尽头。

Bao nhiêu tiền một vé?

多少钱一张票？

Ông có xuống xe không?

你下车吗？

Xin hỏi, muốn đi công viên thì xuống xe ở trạm nào?

请问去公园在哪一站下车？

Cho tôi nhờ một chút để tôi xuống xe.

请让一下，我要下车。

Xin mở giúp cửa trước / sau.

请开前门 / 后门。

Bây giờ là giờ cao điểm. Người đi xe rất đông.

现在是乘车高峰期，坐车的人很多。

Xe cộ đi lại cũng nhiều.

来往车辆也很频繁。

Chuyến xe này chờ lâu rồi vẫn chưa thấy đến.

这路车等很久都没见来。

Tôi có vé tháng.

我有月票。

Cho tôi mua hai vé.

给我两张票。

Trả lời

 回 答

Ở chỗ ngã ba có một trạm xe số 4.

在三岔路口有4路车站。

Đến quảng trường Ba Đình phải đi xe số 32.

到巴亭广场坐32路车。

Xe này sẽ chạy qua Trung tâm Thương mại và trạm cuối cùng là Bách hóa Đại lầu.

这趟车经过商业中心，终点站是百货大楼。

Từ đây đến Cầu Giấy phải đi 6-7 trạm xe mới đến được.

从这里到纸桥要坐六七个站才到。

Hai nghìn rưỡi một vé.

2500盾一张票。

Tôi đi trạm nữa thì xuống.

我下一站下车。

▓ **Đi taxi**
乘出租车

Hành khách

 乘 客

Bến xe taxi ở đâu nhỉ?

在哪里有出租车站?

Xin hỏi muốn đi tắc-xi thì đợi ở đâu nhỉ?

请问可以在哪里坐出租车?

Xe anh có chạy không?

你的车载客吗?

Tôi muốn đi phố Bạch Mai có việc gấp.

我有急事要去白梅街。

Nhờ anh đưa tôi đến khách sạn Dawoo.

请送我到大宇饭店。

Anh giúp tôi cho hành lý vào sau xe.

请帮我把行李放到后车箱。

Anh đi chậm thôi, đừng chạy nhanh quá.

你开慢点，别开太快。

Dừng ở đây cho tôi xuống xe.

就在这里停车，我下车了。

Giá gốc là bao nhiêu?

起步价是多少?

Bao nhiêu tiền một cây số?

多少钱一公里?

Tất cả bao nhiêu tiền?

一共多少钱?

Cho tôi xin tờ hóa đơn.

请给我一张发票。

Lái xe

司 机

Ông muốn đi đâu?

您要去哪里?

Giá tiền trả theo đồng hồ cây số.

按计程表计车费。

Nhà số bao nhiêu Bạch Mai?

你要去白梅街几号？

Gọi điện đặt xe

电 话 订 车

Tôi muốn thuê một xe đi Vũng Tàu.

我想要一辆车到头顿。

Xin hỏi bây giờ ông ở đâu? Cho biết địa chỉ cụ thể để chúng tôi đến đón.

请问您现在在什么地方？请把详细地址告诉我们，以便我们去接您。

Đợi 10 phút sau xe sẽ đến đón.

10分钟后车就到。

Bây giờ chưa có xe, phải chờ một lúc.

现在还没有车，要等一下。

Từ ngữ bổ sung

补 充 词 汇

toa ăn 餐车　toa nằm 卧铺车厢　cửa xe 车门　cửa sổ xe 车窗

xe khách loại nhỏ 面包车 / 小客车　xe con 小车 / 轿车

tàu điện ngầm 地铁　chuyển bánh 开车　phòng bán vé 售票处

ga cuối cùng 终点站/最后一站　vé vào sân ga 站台票

bảng giờ tàu 火车时刻表　thời gian đến 到站时间

đến đúng giờ 正点到达　tàu về muộn 火车晚点　lối ra ga 出站口

lối vào ga 进站口　đường hầm 地道　nhân viên soát vé 检票员

nhân viên phục vụ trên tàu 列车乘务员　xa trưởng 列车长

công an đường sắt 列车乘警　tàu chạy suốt / thẳng 直达快车

tàu tốc hành 特快 / 高速列车　sân bay Tân Sơn Nhất 新山一机场

sân bay Nội Bài 内排机场　tàu hỏa cao tốc 高铁

Bưu điện

邮 电

Từ then chốt và mẫu câu
常用词语和句型

gọi / nhận điện thoại	打 / 接电话
bận máy	占线
gọi nhầm số	拨错号
ngắt máy	挂电话
gửi…đi…	寄……去……
có phải là…không?	是……吗?
có biết…không?	知道……吗?
Xin hỏi bưu điện mấy giờ mở cửa / đóng cửa?	
请问邮局几点开门 / 关门?	
Tôi muốn gửi bằng chuyển phát nhanh.	我想寄特快专递。
Cước phí tính thế nào?	邮费怎么算?

Gửi thư / bưu kiện / fax
寄信 / 寄包裹 / 发传真

Khách hàng

 顾 客

Xin hỏi bưu điện mấy giờ mở cửa / đóng cửa?

请问邮局几点开门 / 关门?

Tôi muốn gửi một lá thư đi Việt Nam / Trung Quốc phải dán tem bao nhiêu tiền?

我寄一封信到越南 / 中国要贴多少钱的邮票?

Tôi muốn gửi một bưu kiện / Tôi muốn gửi bằng chuyển phát nhanh.

我要寄一个包裹 / 我想寄特快专递。

Gửi thư hàng không đến thành phố Hồ Chí Minh mấy ngày đến nơi?

寄航空信到胡志明市几天能收到?

Ở đây có bán tem kỷ niệm không?

这里有纪念邮票卖吗?

Ở đây có dịch vụ gửi tiền không?

这里可以办理汇款吗?

Cho tôi 2 con tem 800.

给我两张800越盾的邮票。

Tôi muốn mua một tập giấy viết thư và 10 cái phong bì.

我要买一叠信纸和10个信封。

Cho tôi 5 cái bưu thiếp.

给我5张明信片。

Gửi bưu kiện phải làm thủ tục gì?

寄包裹要办什么手续?

Gói này có phải đóng hòm không?

这个包裹要装箱吗?

Gửi bưu kiện đi Trung Quốc bao nhiêu tiền?

寄包裹到中国要多少邮费?

Cước phí tính thế nào?

邮费怎么算?

Ở đây có dịch vụ fax không?

这里能发传真吗?

Tiền fax thì tính thế nào?

传真费怎么算？

Nhân viên

职 员

Bưu điện mở cửa từ 9 giờ sáng đến 5 giờ chiều.

邮局早上9点开门，下午5点关门。

Gửi thư thì dán tem 800 đồng.

请贴800越盾的邮票。

Nếu vượt quá trọng lượng quy định thì phải dán thêm tem.

如超重要加贴邮票。

Thư hàng không khoảng 3 ngày thì đến nơi.

航空信约3天可收到。

Trong bưu kiện này có những gì?

这个包裹里有什么？

Gửi bưu kiện này phải đóng hòm.

这个包裹要装箱。

Gửi sách chỉ cần lấy giấy gói và để hở hai đầu cho nhẹ cước.

寄书只要用纸包好，两头留个口，这样可以减少邮资。

Xin anh viết giấy gửi bưu phẩm theo mẫu này.

请你照样板填写这份包裹单。

Trên phong bì phải ghi rõ họ tên, địa chỉ và số bưu chính của người nhận.

信封上要写清楚收信人的姓名、地址和邮政编码。

Tiền fax là 12000 đồng một tờ.

传真费每张1万2000越盾。

Xin cho số fax.

请说传真号。

▨ Gọi điện thoại
打电话

▨ **Người gọi**

 主 叫

▨ A-lô! Đây có phải là phòng đối ngoại không?

喂，是外事处吗？

▨ Chào chị, xin hỏi chị là chị Vương Anh ạ?

您好，请问是王英吗？

▨ Chị làm ơn cho tôi gặp giám đốc công ty.

劳驾，我要找公司经理。

▨ Xin hỏi chú Bình có nhà không?

请问平叔在家吗？

▨ Làm ơn cho tôi nói chuyện với Hà.

我想找阿霞接电话。

▨ Đây là khách sạn Bông Sen phải không? Cho tôi xin số máy phòng 203.

是莲花宾馆吗？请转203号房。

▨ A-lô! Anh có biết điện thoại của Tuấn không?

喂，你知道阿俊的电话号码吗？

▨ Xin nói chậm thôi, để tôi lấy bút ghi lại.

请你说慢点，我拿笔记下来。

▨ Xin lỗi, tôi gọi nhầm máy.

对不起，我打错了。

▨ Tôi không liên hệ được với ông Vương giám đốc, xin hỏi có thể liên hệ với ông Vương bằng những phương thức khác không ạ?

我联系不上王经理，请问他还有其他联系方式吗？

Người nghe

A-lô! Ai đấy?　Bạn muốn gặp ai?

喂，哪位呀？你要找哪位？

Đợi một lát, để tôi đi gọi ông ấy.

等一下，我去叫他。

Rồi ạ, ông là ai ạ?

是的，您是哪位？

A-lô, anh gọi nhầm máy rồi.

喂，你打错了。

Ông ấy không có đây, anh có cần tôi nhắn lại gì không?

他不在，你有什么要我转达吗？

À, ông ấy đến rồi, xin cầm máy đợi một lát.

啊，他来了，请等一下，别挂电话。

Xin lỗi, bây giờ giám đốc đang bận, lát nữa gọi lại nhé.

对不起，现在经理在忙，等会儿再打来吧。

Ông ấy đang họp / đi công tác / nghỉ phép.

他正在开会 / 出差 / 休假。

Xin lỗi, máy của ông ấy không có người nhận.

对不起，他的电话没人接。

Số điện thoại của ông là bao nhiêu?　Lát nữa tôi sẽ gọi lại.

您的电话是多少？一会我给您回电话。

Nhận email
接收电子邮件

Người gửi

Xin ông cho biết email, lát nữa tôi sẽ gửi một email cho ông.

您的邮箱地址是什么？一会我给您发一封电子邮件。

Tôi đã gửi một email cho ông，xin hỏi đã nhận được chưa nhỉ?

我给您发了一封电子邮件，请问您收到了吗?

Trong email có một file đính kèm，ông lưu ý kiểm tra lại xem.

邮件里含有附件，请您注意查收。

Người nhận

收 件 人

Đây là Email của tôi.

这是我的邮箱地址。

Đã nhận được，cám ơn!

收到了，谢谢!

Lát nữa tôi kiểm tra lại xem，cám ơn ông!

一会我就查看，谢谢您!

Từ ngữ bổ sung

补 充 词 汇

hòm thư 邮箱　thùng thư 邮筒　ấn phẩm 印刷品

giấy báo nhận 邮件通知单　giấy báo nhận tiền 汇款通知单

hồ dán / keo dán 糨糊 / 胶水　người đưa thư 邮递员

biên nhận 签收　quá cân 超重　chứng minh thư 身份证

điện thoại đường dài 长途电话　điện thoại nội hạt 市内电话

điện thoại quốc tế 国际长话　tổng đài 总机　bấm số 拨号

máy di động 移动电话　nhắn tin 发短信　tín hiệu 信号

hàng gửi tận nơi 送货上门　đến tận nơi nhận bưu kiện 上门收件

Ngân hàng

银 行

Từ then chốt và mẫu câu
常用词语和句型

mở / hủy tài khoản	开 / 销户
báo đánh mất	挂失
gửi tiết kiệm định kỳ / bất định kỳ	定期 / 活期存款
đổi tiền lẻ	换零钱
đổi ngoại tệ	换外币
bán ra	卖出
mua vào	买入
đổi… ra …	把……兑换成……
Tôi muốn xóa sổ.	我想销户。
Tỷ giá hôm nay là bao nhiêu?	今天的汇率是多少?

Gửi tiền và rút tiền
存款和取款

Khách hàng
 顾 客

Xin hỏi gần đây có ngân hàng không?

请问附近有银行吗?

Ngân hàng bờ Hồ có gần đây không?

湖畔银行离这里远吗?

Tôi đi ngân hàng gửi tiền / rút tiền.

我去银行存款 / 取款。

Có phải gửi / rút tiền ở đây không?

是在这里存款 / 取款吗?

Tôi muốn mở một tài khoản gửi tiền.

我想开一个户头。

Nếu tôi gửi loại theo kỳ hạn nhưng chưa đến hạn, muốn rút tiền ra có được không?

如果我存定期但没有到期,想取钱可以吗?

Thủ tục gửi tiền và rút tiền có khó không?

存款和取款手续难办理吗?

Cho tôi xin một phiếu gửi tiết kiệm.

请给我一张存款单。

Đây là chứng minh thư / hộ chiếu của tôi.

这是我的身份证 / 护照。

Tiền lãi có phải nộp thuế không?

利息要上税吗?

Lãi suất kỳ hạn một năm là bao nhiêu?

一年定期的利息是多少?

Lãi suất không kỳ hạn là bao nhiêu?

活期的利息是多少?

Xin cho biết số dư trên thẻ của tôi còn lại bao nhiêu?

请问,我卡上的余额还有多少?

Tôi muốn xóa sổ.

我想销户。

Tôi muốn rút hết số tiền trong sổ tiết kiệm.

我想把存折上的余额全部取出来。

Cho tôi gửi 10 triệu đồng vào.

我要存入1000万越盾。

Cho tôi rút 50 triệu đồng ra.

我要取出5000万越盾。

Làm ơn đổi hộ tôi tiền lẻ.

请给我换成零钱。

Cho tôi 10 tờ 100.000 và 20 tờ 50.000 đồng.

给我10张10万和20张5万面值的钞票。

Thẻ tín dụng của tôi bị mất rồi, tôi đến đăng ký báo mất.

我的信用卡丢了，我来挂失。

Nhân viên

职　员

Ông muốn gửi tiền hay rút tiền?

您要存款还是取款？

Anh gửi loại có kỳ hạn hay không kỳ hạn?

你想存定期还是活期？

Mời anh điền vào lá đơn này.

请你填写这张单。

Mời sang cửa số 5.

请到5号窗。

Của ông là sổ tiết kiệm hay thẻ tín dụng?

你的是存折还是信用卡？

Chị muốn gửi / rút bao nhiêu?

你要存 / 取多少钱？

Lãi suất kỳ hạn một năm là 8 %.

一年定期的利率是8%。

Đây là sổ tiết kiệm / thẻ ngân hàng của ông.

这是你的存折 / 银行卡。

Nếu sổ / thẻ ngân hàng bị mất, ông phải báo ngay cho chúng tôi.

万一存折 / 银行卡丢失，你要尽早来挂失。

Đây là số tiền gốc và tiền lãi trong sổ.

这是你的存折上的本金和利息。

Xin ký tên vào đây.

请在这里签名。

Xin anh viết phiếu gửi tiền, ghi rõ ngày mở tài khoản, họ tên và số tiền gửi.

请你填写存款单，注明开户日期、姓名和存款数。

Xin bấm số mật mã khẩu.

请你输入密码。

Xin bấm lần nữa cho xác định.

请再输入一遍确认。

Ông muốn gửi ngoại tệ hay tiền Việt Nam?

你要存外币还是越盾？

Anh cần loại tiền nào?

你要哪种面值的？

Đây là tiền của ông, ông đếm lại xem đã đủ chưa.

这是你要取的款，请你点一点。

Đổi ngoại tệ
兑换外币

Khách hàng

 顾 客

Xin hỏi, có thể đổi ngoại tệ ở đâu?

请问，哪里可以兑换外币？

Ở đây có dịch vụ đổi ngoại tệ không?

这里可以换外币吗？

Tôi muốn đổi tiền đô-la ra tiền Việt Nam.

我想把美元换成越盾。

Tỷ giá hôm nay là bao nhiêu?

今天的汇率是多少？

Tỷ giá giữa đồng Việt Nam và các ngoại tệ khác là bao nhiêu?

越盾和其他外币的比价是多少？

Số tiền này có thể đổi thành Nhân dân tệ không?

这些钱可以换成人民币吗？

Tôi muốn đổi Nhân dân tệ sang / lấy tiền Việt Nam.

我想把人民币换成越盾。

Nhân viên

 职 员

Ông có tiền đô hay tiền Nhân dân tệ?

你持美元还是人民币？

Của ông là tiền mặt hay là séc?

你所持的是现金还是支票？

Ông muốn đổi bao nhiêu?

你要换多少？

▓ Tỷ giá là 100 đô-la Mỹ ăn khoảng 2,2 triệu đồng Việt Nam.

比价是100美元兑220万越盾。

▓ Ông muốn mua vào hay bán ra?

你要买入还是卖出？

▓ Tỷ giá hôm nay lên / xuống rồi.

今天的比价升／降了。

Từ ngữ bổ sung

Đô-la Hồng Kông 港币   đồng Yên Nhật 日元   bảng Anh 英镑

đồng Eu-rô 欧元   tiền chẵn 整钱   tính lãi 计息   cho vay 贷款

quầy tiết kiệm 储蓄所   két 保险柜   bảo hiểm 保险   hùn vốn 融资

Ngân hàng Nhà nước 国家银行   Ngân hàng Công thương 工商银行

đầu tư quản lý tài sản 投资理财   quỹ tiền tệ 基金

cổ phiếu 股票   chứng khoán 证券   máy ATM 柜员机

Thuê nhà Thuê khách sạn

住　宿

Từ then chốt và mẫu câu
常用词语和句型

đặt phòng　预订房间	dịch vụ báo thức　叫醒服务
giặt quần áo　洗衣服	là quần áo　熨衣服
dịch vụ truy mạng vô tuyến	无线上网服务
…là được rồi	……就可以了
…không…nữa	……不再……
1 đồng NDT ăn 3000 VND.	1元人民币兑3000越盾。
Tiền thuê trả theo từng quý hay trả một năm?	
租金按季度还是按年交付？	

Thuê nhà
租房

Người thuê nhà

Xin hỏi，đây có nhà cho thuê không?

请问，这里有房子出租吗？

Tôi đến muốn thuê nhà.

我想租房子。

Nghe nói bà có nhà cho thuê.

听说你有房子出租。

Nhà của bà có mấy tầng? Tất cả mấy phòng?

你的房子有几层？共有几个房间？

Các phòng có đầy đủ tiện nghi không?

房间里的设备齐全吗？

Tôi có thể vào xem không?

我可以进去看看吗？

Cô cho thuê bao nhiêu tiền một tháng?

请问月租是多少？

Tiền thuê trả bằng đô hay Nhân dân tệ?

付美元还是人民币？

Tiền thuê trả theo từng quý hay trả một năm?

租金按季度还是按年交付？

Có thể nấu cơm trong phòng không?

可以在房间里做饭吗？

Bà cho thuê đắt quá, có thể bớt một chút không?

你的租金太贵了，能便宜点吗？

Tôi muốn thuê một năm, nhưng trả tiền thuê theo từng quý có được không?

我想租一年，但租金按季度付，可以吗？

Vậy thì tôi nhận thuê phòng này.

那我就租这间房。

Xin hỏi bao giờ có thể dọn vào ở?

请问什么时候能搬进来？

Tôi muốn thuê một căn nhà rộng hơn, không biết ở đâu có?

我想租一间更大一点的，在哪里可以找到？

Tôi muốn thuê một phòng khoảng 15 mét vuông, có cả nhà tắm riêng, không cần điều hòa, có quạt điện là được rồi.

我想租一间15平方米的房，带浴室，不需要空调，有电扇就可以了。

Tôi muốn thuê tiếp.

我想续租。

Tôi không muốn thuê nữa.

我不再租了。

Chủ nhà

 房 主

Tòa nhà này của tôi có 2 tầng, tất cả gồm 4 buồng, đầy đủ tiện nghi.

我的房子有两层，一共有4个房间，设备齐全。

Trong nhà có cả buồng tắm và nhà vệ sinh.

房间里有浴室和卫生间。

Không có điều hòa, chỉ có quạt điện.

没有空调，只有电扇。

Tiền thuê mỗi tháng là 7 triệu đồng, kể cả tiền điện nước.

每月租金是700万越盾，包括水电费在内。

Tiền điện nước, tiền gas tính riêng.

水电费、煤气费另算。

Tiền đặt cọc bằng tiền thuê 1 tháng, tiền thuê nộp 3 tháng một lần, nộp vào đầu tháng.

押金为一个月租金，月初开始交租金，每3个月交一次。

Anh phải đóng tiền thuê đúng hạn.

你要按时交租金。

Nếu anh ưng ý chúng ta sẽ ký một hợp đồng cho thuê.

如果你满意，我们将签一份合同。

Nếu không thuê tiếp thì phải báo trước một tháng.

如果你不再续租，要提前一个月通知我们。

Đây là hợp đồng thuê phòng.

这是租房合同。

Ngày mai có thể dọn vào ở ngay.

明天就可以搬进来。

Thuê khách sạn
住宾馆

Khách thuê phòng

 顾 客

Đây là khách sạn mấy sao?

这是几星级宾馆？

Tôi muốn đặt phòng, xin hỏi đây còn phòng trống không?

我想订房，还有空房吗？

Một phòng bao nhiêu tiền một ngày?

一间房每天多少钱？

Có phòng nào rẻ hơn không?

有便宜点的房间吗？

Nếu ở thời gian lâu có được rẻ một chút không?

如果住的时间长可以便宜点吗？

Tôi muốn đặt một phòng đơn / phòng đôi / phòng ba.

我想订一间单人 / 双人 / 三人房。

Tôi muốn đặt một phòng hai người (hai giường một).

我想订一间标准间（两张单人床）。

Hôm qua tôi có đặt trước một phòng, bây giờ tôi muốn thôi.

昨天我预订了一间房，现在我想取消。

Khách sạn này có những dịch vụ gì?

这宾馆有些什么服务?

Trong phòng có điện thoại không?

房间里有电话吗?

Điện thoại trong phòng có gọi trực tiếp được không?

房间里的电话可以直拨吗?

Phòng ở tầng mấy?

房间在几层?

Thang máy ở đâu?

电梯在哪里?

Nhờ mang giúp hành lý của tôi lên phòng.

请帮我把行李拿到房间。

Xin mở giúp cửa phòng số 108.

请给我开108号房。

Khách sạn này có bao ăn sáng không?

宾馆包早餐吗?

6 giờ sáng mai xin gọi điện đánh thức tôi nhé.

请明早6点打电话叫醒我。

Mấy giờ có nước nóng?

几点有热水?

Nhờ đem là giúp bộ complê này.

请帮我熨这套西服。

Sáng mai tôi đi sớm, nhờ thanh toán trước giúp tôi.

明天我一早就要走，请先给我结账。

Sáng mai gọi giúp tôi một taxi ra sân bay nhé.

明早请给我叫辆出租车去机场。

Tiếp viên khách sạn

宾 馆 服 务 员

Đây là khách sạn ba sao.

这是三星级宾馆。

Khách sạn chúng tôi có nhiều loại phòng.

我们有各种标准的房间。

Cô muốn đặt loại phòng nào?

你想订哪种标准的房间？

Mỗi phòng một ngày 1 triệu đồng.

每间房100万越盾一天。

Ông định ở mấy ngày?

您打算住几天？

Nếu ở trên 10 ngày thì được giảm giá 10%.

如果住10天以上，房租可以减10%。

Trong phòng có đầy đủ tiện nghi.

房间各种设备齐全。

Có nước nóng phục vụ suốt 24 tiếng.

24小时有热水供应。

Mời ông vui lòng kê tờ khai này cho.

请你填写这张登记卡。

Đây là chìa khóa phòng và các phòng.

这是房间钥匙和房卡。

Bây giờ nhân viên phục vụ sẽ giúp anh đem hành lý lên phòng.

现在服务员帮你把行李拿到房间。

Đây là phòng của ông, ông hài lòng chứ?

这是你的房间，你满意吗？

Khách sạn chúng tôi có thể cung cấp các dịch vụ, như giặt là quần áo, cắt tóc, uốn tóc, matxa, xông hơi, đặt mua vé máy bay, tàu hỏa, đổi tiền v.v.

我们宾馆可以提供熨洗衣服、理发、烫发、按摩、桑拿、订购飞机票和火车票、兑换钱等服务项目。

Chúng tôi bao ăn một bữa sáng, còn bữa trưa, bữa chiều thì tự túc.

我们包早餐，中餐、晚餐自理。

Quần áo cần giặt xin bỏ vào túi đựng quần áo giặt.

请将要洗的衣服放到洗衣袋里。

Điện thoại trong phòng có thể gọi trực tiếp.

房间里的电话可以直拨。

Sau khi vào thang máy thì bạn xạc thẻ.

进电梯请刷房卡。

Sau khi mở cửa phòng, ông cắm thẻ vào ổ cắm để lấy điện thì tất cả đồ điện trong phòng sẽ dùng được.

打开房门后，请把房卡插进卡槽，房间里的电器就能使用了。

Nếu ra ngoài thì xin gửi lại chìa khóa ở Lễ tân.

如果外出，请把钥匙交给服务台。

Xin lỗi, hôm nay đã hết phòng.

对不起，今天没有空房了。

✽ Tại trung tâm thương mại
在商务中心

Xin hỏi, đây có dịch vụ điện thoại quốc tế / fax / lên mạng（internet）không?

请问，这儿可以打国际电话 / 发传真 / 上网吗?

Tôi muốn lên mạng（intenet）tra tài liệu.

我想上网查资料。

Tôi muốn gửi email cho bạn tôi.

我要发电子邮件给我的朋友。

Đây có thể truy cập mạng internet của Trung Quốc không?

这儿可以连接中国网站吗？

Có thể lấy tài liệu trên mạng internet ở đây được không?

这儿能否下载网上的资料？

Sử dụng internet giá cước bao nhiêu tiền một giờ?

上网费如何计算？

Trả lời

 回 答

Ở đây chúng tôi có đầy đủ các loại dịch vụ.

我们这里服务齐全。

Mời anh ngồi máy đằng kia.

请你用那边那台电脑。

Ở đây có thể truy cập mạng internet của tất cả các nước trên thế giới.

这里可以上世界各国的网站。

Sử dụng internet khoảng 3—4 nghìn VND một giờ.

上网费是每小时3000—4000越盾。

Miễn phí truy cập mạng internet.

免费上网。

WIFI đã phủ sóng cả khách sạn.

WIFI已覆盖整个酒店。

Từ ngữ bổ sung

sa lông 沙发　cái mắc áo 衣架　khăn tắm 浴巾　ga giường 床单
khăn gối 枕巾　chăn len 毛毯　ấm đun nước điện 电热水壶
chăn 被子　ống sấy 吹风筒　cốc 杯子　tivi 电视机　dép lê 拖鞋
hương muỗi 蚊香　bếp 厨房　ban công 阳台　xách 提，拎
nước lạnh 冷水　ngủ ngon 睡好　khách sạn Hoàn Kiếm 还剑宾馆
đao lót（download）下载　trò chơi điện tử（games）电子游戏
buồng có thể ngắm cảnh biển 海景房

Sửa chữa và Bảo hành

Từ then chốt và mẫu câu

常用词语和句型

không sử dụng được nữa	用不了
(lốp xe) xì hơi	（轮胎）漏气
bị cháy dây bảo hiểm	保险丝烧了
sửa chữa thiết bị	修理设备
thay ổ cắm	换插座
giải trừ sự cố	排除故障
…hỏng rồi	……坏了
…hay sao?	是……吗？
Bao giờ thì sẽ sửa xong?	什么时候可以修好？

Xin chào，máy điều hòa văn phòng tôi hỏng rồi，bạn có thể sửa giúp hay không?

您好！我办公室的空调坏了，您能维修吗？

Chỉ có hơi nóng, không có hơi lạnh.

只能制暖，不能制冷。

Phần cấp hơi nóng bị trục trặc.

暖气出故障了。

Vòi nước này bị rò nước.

这水龙头漏水。

Cống nước bồn rửa tay bị tắc, nước không thoát được.

洗手池排水管被堵住了，水流不下来。

Đường cống bị nứt vỡ, nước cống tràn ra.

排水管爆裂，污水泛滥。

Bồn tắm không thoát nước.

浴缸排不出水。

Thang máy không hoạt động được nữa.

电梯不能用了。

Ổ khóa này hỏng rồi.

这个门锁坏了。

Chiếc khóa này không mở được nữa.

锁开不了了。

Bóng đèn đầu giường cháy rồi, anh có thể thay hộ cho tôi được không?

床头灯灯泡坏了，请您给我换上好吗？

Đèn tắt rồi, bị mất điện à?

灯不亮了，是停电了吗？

Không có nước, bị mất nước rồi hay sao?

没有水，是停水吗？

Điện thoại bị mất tín hiệu.

电话没有信号。

Chiếc máy tivi của tôi bị hỏng, anh có thể sửa giúp cho được không?

我的电视机坏了，您能修吗？

Chiếc đồng hồ của tôi ngừng chạy, anh có thể giúp sửa lại được không?

我的表停了，您能维修吗？

Thời hạn bảo hành của chiếc tủ lạnh này là bao lâu?

这台冰箱的保修期有多长？

Máy di động của tôi vẫn trong thời hạn bảo hành.

我的手机还在保修期内。

Chiếc va-li của tôi không khóa lại được nữa.

我的箱子锁不上了。

Bao giờ thì sẽ sửa xong?

什么时候可以修好？

Chiếc xe hơi của tôi không khởi động được nữa.

我的汽车启动不了。

Bộ phanh của chiếc ô-tô này không ăn nữa.

这部汽车的刹车不灵。

Anh có phụ tùng không?

您有没有零部件？

Chiếc xe máy của tôi bị nổ lốp rồi.

我的摩托车爆胎了。

Bánh xe bị xịt hơi.

轮胎漏气。

Nhân viên sửa chữa

 维 修 人 员

Để tôi kiểm tra xem sao.

我来检查检查。

Tôi sẽ sửa lại ngay.

我马上修理。

Tôi sẽ lập tức cho người đến sửa lại.

我马上让人来修理。

Hôm qua tôi đã thông báo cho thợ đến sửa.

昨天我已经通知了修理工。

Dây bảo hiểm bị cháy rồi.

保险丝烧了。

Tôi thay cho anh chiếc ổ cắm này.

我给您换掉这个插座。

Xe của anh cần phải đưa sang hiệu để sửa chữa.

您的车要送车行修理。

Cần 2 tiếng đồng hồ mới sửa xong.

要两个小时才能修好。

Chừng 2 hôm nữa là sửa xong thôi.

过两天就可以修好。

Sửa chữa / Bảo dưỡng chiếc MP4 hơi mất thời gian đấy.

这个MP4的维修 / 保养要花些时间。

Hôm nay tôi không sửa được vì không có linh kiện thích hợp.

我今天修不了，因为没有合适的零件。

Được rồi, sự cố đã giải quyết / sửa xong.

好了，故障排除了 / 修好了。

Chiếc lò vi sóng này không sửa lại được nữa.

这台微波炉修不了了。

Chiếc săm này không vá được nữa, cần thay cái mới.

这个内胎补不了了，只能更换新的。

Từ ngữ bổ sung

补充词汇

hỏng hóc 损坏，故障   chết máy 死机，抛锚   rà soát 排查，检查

vận hành bình thường 正常运行   thử máy 试车，试运行

sửa chữa ô-tô 修理汽车   vá săm 补内胎   nguyên chiếc 原件

lắp ráp 组装   chạy thử 试机，试车   bị ngắt cầu dao 跳闸

chập mạch / không tiếp xúc được 短路 / 接触不良

147

Mua sắm

购 物

Từ then chốt và mẫu câu

常用词语和句型

mua sắm, mua đồ	购物，买东西
quẹt thẻ	刷卡
viết hóa đơn / giấy biên nhận	开发票 / 收据
trả tiền mặt	付现金
bao nhiêu tiền 1 kg / 1m / 1 miếng	多少钱一斤 / 一米 / 一块
có ... bán hay không?	有……卖吗？
làm thế nào để...?	怎样才能……？
Ông trả bằng tiền mặt hay bằng card?	您付现金还是刷卡？

Người bán hàng

Cô / Chị / Anh cần mua gì?

小姐 / 女士 / 先生，您想买点什么？

Anh / Chị cần gì ạ?

先生 / 女士要点什么？

Anh / Chị thích loại nào?

您喜欢哪种？

Ông mặc cỡ bao nhiêu?

您穿多大码的（衣服）？

Ông đi giầy cỡ bao nhiêu?

您穿多大号的（鞋）？

Ông đi số bao nhiêu?

您穿多大码的鞋？

Đây là cỡ 38.

这是38码的。

Chúng tôi có thể lên gấu quần hộ cho.

我们可以帮你改裤脚。

Chúng tôi có thể sửa hộ cho vừa.

我们可以帮你改合身。

Ông thích màu nào?

您喜欢哪种颜色？

Màu đen là mốt năm nay, nhiều người thích mặc áo màu đen.

今年流行黑色，很多人喜欢穿黑色衣服。

Bây giờ đang theo mốt này.

现在正流行这种款式。

Anh có thể mặc thử, buồng thử ở bên kia.

你可以试穿，试衣室在那边。

Thế nào, có vừa ý không?

怎么样，满意吗？

Chị mặc cái áo này rất vừa mà rất đẹp.

你穿这衣服很合身，很得体。

Cứ mua 100 đồng NDT trở lên chúng tôi sẽ giảm giá 5%.

购买100元以上我们打95折。

Giảm giá 10%.

打9折。

Hàng khuyến mại!

促销商品!

Hàng bán theo giá chiết khấu!

打折商品!

Mua một chiếc khăn quàng được tặng thêm một thứ quà.

围巾买一送一。

Còn mua gì nữa không?

还需要别的吗?

Mua thêm gì nữa không?

还买什么吗?

Đây có bán buôn / bán lẻ.

这里有批发 / 零售。

Đây là phiếu mua hàng.

这是购物单据。

Mang phiếu này sang quầy thu tiền để trả tiền.

拿这张单据到收银台付款。

Có cần gói lại không?

要包起来吗?

Để tôi bỏ vào túi cho ông.

我给你放进袋子里面。

Người thu tiền

收 银 员

Ông trả bằng tiền mặt hay bằng card?

您付现金还是刷卡?

Ông có thẻ hội viên không?

您有会员卡吗?

Đây là tiền trả lại cho ông, ông xem lại xem đã đúng chưa?

这是找给你的钱，你看看对了没有？

Ông có tiền lẻ không?

你有零钱吗？

Trong vòng 1 tuần nếu có vấn đề chất lượng thì có thể đổi lại.

一个星期内有质量问题可更换。

Khách hàng

 顾　客

Chúng ta đi sắm / mua đồ đi.

我们去购物 / 买东西吧。

Chúng ta đi chợ mua đồ ăn / rau.

我们去市场买菜。

Em ơi, cho hỏi quầy bán đồ chơi trẻ em ở đâu?

小姐，请问儿童玩具柜台在哪儿？

Xin cho hỏi, quầy bán thực phẩm / giầy dép / văn phòng phẩm ở đâu?

请问，食品柜台 / 鞋类柜台 / 办公用品柜台在哪儿？

Quần áo nam giới thì bán ở tầng mấy?

男装在几楼？

Tôi muốn mua một bộ âu phục / một cái áo vét.

我想买一套西服 / 一件外套。

Tôi muốn mua một đôi giầy da.

我想买一双皮鞋。

Tôi mặc áo cỡ 40.

我穿40号的衬衣。

Tôi đi giầy số 39.

我穿39码的鞋。

Rộng / Chật quá, còn cỡ nào khác không?

太宽 / 太窄了，还有其他号码的吗？

Có cỡ nhỏ / to hơn một chút không?

有小 / 大一点的吗？

Có những màu gì?

有些什么颜色？

Còn có màu khác không?

还有别的颜色吗？

Tôi thích màu đỏ.

我喜欢红色。

Anh có thể lấy cho tôi xem chiếc đồng hồ này một chút không?

你可以拿这块表给我看看吗？

Tôi rất thích cái thắt lưng da này.

我很喜欢这条皮带。

Tôi có thể mặc thử chiếc sơ mi này không?

我可以试穿一下这件衬衣吗？

Những hàng này được miễn thuế không?

这些商品可以免税吗？

Cái này vừa, tôi lấy cái này.

这个合适，我要这个。

Đôi giày này bao nhiêu tiền?

这双鞋多少钱？

Bao nhiêu tiền 1 mét / 1 ki-lô / 1 miếng / 1 tá?

多少钱1米 / 1公斤 / 1块 / 1打？

Bao nhiêu tiền?

多少钱？

Bao nhiêu tiền tất cả?

一共多少钱？

5000 đồng một ki-lô / cân.

5000盾1公斤。

Đắt quá / rẻ lắm.

太贵了 / 很便宜。

Có thể hạ giá hay không?

可以打折吗？

Có thể bớt cho chúng tôi một chút không?

可以给我们便宜点儿吗？

Mua nhiều có thể giảm giá / rẻ hơn không?

多买可以打折 / 便宜点儿吗？

Mua bao nhiêu thì được khuyến mại?

买多少才能送礼品？

Trả tiền ở đâu?

在哪里付钱？

Tôi trả bằng tiền mặt / quẹt thẻ.

我付现金 / 刷卡。

Viết giúp tôi tờ hóa đơn có được không?

给我开一张发票好吗？

Nhờ em gói tất cả những thứ này lại hộ tôi.

请帮我把这些东西包在一起。

Nếu có vấn đề thì có được đổi hay không?

有问题能更换吗？

❀ Mua sắm trên mạng
在网上购物

Bạn có thích mua sắm trên mạng hay không?

您喜欢在网上购物吗？

Trên mạng thì có thể sắm được những hàng hóa gì?

网上可以买到什么商品?

Chi trả trên mạng có an toàn hay không?

在线支付安全吗?

Chất lượng hàng trên mạng có đảm bảo không?

网上的商品质量可靠吗?

Mặt hàng này có thể miễn cước phí bưu điện hay không?

这件东西可以包邮吗?

Có thể trả hàng một cách vô điều kiện không?

可以无理由退货吗?

Có thể chi trả sau khi nhận hàng không?

可以货到付款吗?

Có thể hủy đơn đặt trên mạng hay không?

网上订购的货物可以取消吗?

Trả lời

 回 答

Tôi thường xuyên mua sắm trên mạng, rất tiện, chẳng cần phải ra khỏi nhà mà lại mua được những thứ mình cần.

我经常网购,很方便,足不出户,就可以买到想要的商品。

Chi trả trên mạng có rủi ro, mật khẩu tài khoản trên mạng có thể bị đánh cắp.

在线支付有风险,网上的账号密码有可能会被盗。

Đôi khi có những cửa hàng internet bán hàng nhái, vì vậy mà trước khi mua cần phải tìm hiểu độ tin cậy của cửa hàng cũng như sự đánh giá đối với sản phẩm.

有的网店会卖假货,所以买之前要注意卖家的信誉和产品评价。

Được thôi, nhưng hàng hóa phải nguyên vẹn, không ảnh hưởng tới việc bán ra lần thứ 2, hơn nữa bạn cần trang trải cước phí bưu điện.

可以的,但商品必须完好,不影响二次销售,并且您要承担邮寄费。

Các bạn có thể đặt mua các loại sản phẩm qua mạng internet.

你们可以在网上订购各种产品。

Cửa hàng đã mở thêm cửa hàng trên mạng, chuyên doanh các tinh phẩm và phục trang do các đại sư thiết kế.

商厦开辟了网上商店，专售各种精品和服装设计大师设计的服装。

Đặt mua trên mạng vừa đơn giản, nhanh chóng mà tiện lợi.

网上订购商品简单、快捷、方便。

Cửa hàng trên mạng của chúng tôi chuyên kinh doanh các loại giày dép nổi tiếng của Italia, các loại giày dép nam nữ và giày dép dành cho trẻ em.

我们的网上商店专售意大利名牌鞋，有各种女鞋、男鞋和童鞋出售。

Mua sắm trên mạng có thể thông qua Alipay để chi trả.

网购可以通过支付宝付款。

Cửa hàng sẽ gửi hàng mà khách đặt mua qua dịch vụ chuyển phát nhanh, cước phí được tính theo trọng lượng hàng hóa.

商店将顾客在网上购买的商品通过快递公司寄发，费用根据货物的重量计算。

Trường hợp hàng của bạn còn chưa gửi ra thì chúng tôi có thể giúp bạn hủy đơn đặt hàng, và xin trả lại tiền hàng.

如果您所订购的商品还没有发货，我们可以取消订单并申请退款。

Xin lỗi, mặt hàng này không có dịch vụ chi trả sau khi nhận hàng.

对不起，本商品不支持货到付款。

Bạn có thể lựa chọn phương thức chi trả sau khi nhận hàng.

您可以选择货到付款。

Sau khi nhận được bưu kiện thì cần khui hòm kiểm tra.

收到包裹后请开箱检查。

▓ Nếu không vừa ý, thì có thể trả lại hàng.

如果对购买的商品不满意，可以退换货。

Từ ngữ bổ sung

áo bông 棉衣　áo len 毛衣　quần bò 牛仔裤　quần tây 西裤

quần soóc 西装短裤　váy 裙子　giầy thể thao 运动鞋 / 旅游鞋

dép lê 拖鞋　dép xăng-đan 凉鞋　bít tất 袜子

găng tay len / dạ 毛线手套 / 皮手套　màu trắng 白色

màu xanh 绿色　màu lam 蓝色　màu nâu 棕色

màu vàng 黄色　đồ điện gia dụng 家用电器　ti-vi 电视机

lò vi sóng 微波炉　nồi cơm điện 电饭锅　đầu video 摄像机

máy giặt 洗衣机　máy điều hòa nhiệt độ 空调（机）

tủ lạnh 冰箱　quạt điện 电风扇　đồ mỹ phẩm 化妆品

nước hoa 香水　kem dưỡng da 护肤品　dầu gội đầu 洗发露

xà phòng thơm 香皂　bột giặt 洗衣粉　dầu tắm thơm 沐浴露

bánh 饼干，糕点　kẹo 糖果　sữa tươi / chua / bột 鲜奶 / 酸奶 / 奶粉

gạo tẻ / nếp 大米 / 糯米　dầu đậu nành / lạc 黄豆油 / 花生油

gia vị 调味料　mì chính 味精　mắm tôm 虾酱　bột canh 汤料

muối i-ốt 加碘盐　nước mắm 鱼露　xì dầu 酱油　xáng xáu 生抽

đặt mua 下单　chi trả nhanh 快捷支付

xác nhận đã nhận hàng 确认收货

dịch vụ sau khi bán, chăm sóc khách hàng 售后服务

tìm người trả thay 找人代付

Ăn uống

饮 食

Từ then chốt và mẫu câu
常用词语和句型

ăn cơm suất / cơm hộp / cơm tự chọn　　吃盒饭 / 快餐 / 自助餐

gọi món　点菜　　　　　　　uống rượu　喝酒

thanh toán　结账　　　　　dọn bàn / bát đũa　摆桌子 / 碗筷

có những … gì?　　　　　　有些什么……？

…trước，rồi…　　　　　　先……然后……

Tôi muốn gọi mấy suất cơm hộp. 我想买几份盒饭。

Em ơi，đem thực đơn lại đây.　小姐，请拿菜单来。

Tôi muốn thưởng thức món ăn đặc sản của Việt Nam.

我想品尝品尝越南的风味菜。

Ăn ở nhà hàng
在餐馆

Khách hàng

 客

Tôi rất thích ăn món ăn Việt Nam / Trung Quốc.

我很喜欢吃越南 / 中国菜。

Chúng tôi muốn ăn cơm Trung Quốc / Việt Nam.

我们想吃中餐 / 越南菜。

Tôi muốn thưởng thức món ăn đặc sản của Việt Nam.

我想品尝品尝越南的特色菜。

Tôi muốn nếm thử món ăn Trung Quốc.

我想尝一尝中国菜。

Chúng ta ăn cơm suất ở ngoài quán.

我们在餐馆吃快餐。

Chúng tôi được mời đi ăn cơm tự chọn.

我们应邀去吃自助餐。

Tôi muốn gọi mấy suất cơm hộp.

我想买几份盒饭。

Chúng tôi muốn đặt một bàn ăn cho 8 người vào 6 giờ tối mai.

我们想订一张明天晚上6点的8人桌。

Cái bàn này có ai ngồi không?

这张桌子有人坐吗?

Em ơi, đem thực đơn lại đây.

小姐，请拿菜单来。

Hôm nay có những món gì?

今天有些什么菜?

Nhà hàng có những món gì đặc sắc?

你们餐馆有什么特色菜吗?

Để tôi chọn món nhé.

我来点菜吧。

Tôi lấy món canh cá / gà luộc.

我点一个鱼汤 / 白切鸡。

Tôi lấy một bít-tết vừa chín tới.

我要一份八成熟的牛扒。

Cho tôi hai bát cơm.

给我来两碗饭。

Cho tôi hai nồi cơm niêu.

给我来两个沙锅饭。

Lấy cho tôi một đĩa vịt quay / trứng ốp-lết.

给我一碟烧鸭 / 煎荷包蛋。

Cho tôi hai bát phở gà.

给我来两碗鸡肉粉。

Cho một cốc bia.

来杯啤酒。

Cho một chai nước khoáng.

来一瓶矿泉水。

Không cần nữa, anh ấy dị ứng đồ biển.

不用了，他对海鲜过敏。

Loại rượu này bao nhiêu độ?

这酒多少度？

Món canh này hơi nhạt, cho thêm ít muối.

这汤淡了点，再加点盐。

Nấu món ăn cho tôi nhanh một chút, tôi có việc phải đi gấp.

请快点给我上菜，我要赶时间。

Tôi muốn lấy dưa hấu và đu đủ tráng miệng.

饭后果我要西瓜和木瓜。

Cho một cốc kem sô-cô-la.

来一份巧克力冰激凌。

Cho thêm một cốc cà-phê.

再来一杯咖啡。

Em ơi, thanh toán cho nhé.

小姐，请结账。

Em ơi, tính tiền đi.

小姐，买单吧。

Tiền thừa khỏi phải trả lại.

不用找钱了。

Nhân viên phục vụ

服 务 员

Các anh chị có bao nhiêu người tất cả?

你们一共多少人?

Các vị có tất cả mấy người?

你们一共几位?

Ai đặt bàn?

是哪位订的餐?

Các bạn thích những món ăn gì nào?

你们喜欢吃点什么?

Có kiêng kị gì không?

有什么忌口吗?

Các vị ngồi đây có được không?

你们坐这里可以吗?

Chiếc bàn gần cửa sổ đã có người đặt trước rồi.

靠窗的桌子已经有人订了。

Đây là thực đơn của chúng tôi.

这是我们的菜单。

Các vị gọi món hay ăn cơm suất?

你们点菜还是吃份饭?

Có cần món rau dưa hay không?

需要什么凉菜吗?

Có cần đồ hải sản hay không?

需要来些海鲜吗?

Món ăn hôm nay có thịt bò xào rau cần, trứng xào cà chua và canh rau
cải.

今天有牛肉炒芹菜、西红柿炒蛋和芥菜汤。

Các vị có thể ăn cơm 40 nghìn một suất.

你们可以吃4万越盾的份饭。

Một suất gồm hai món thịt, hai món rau, một bát canh và một suất cơm.

每份有两个肉菜、两个青菜、一碗汤和一份饭。

Các vị đã chọn đủ món ăn chưa?

你们点好菜了吗?

Thịt bò anh xào với rau gì?

用什么配菜炒牛肉?

Canh chua có cho ớt không?

酸汤放辣椒吗?

Các vị uống gì?

你们喝点什么?

Các vị uống bia hay rượu vang?

你们喝啤酒还是葡萄酒?

Loại rượu này 38 độ.

这酒38度。

Tôi sẽ bưng thức ăn lên ngay.

我马上上菜。

Món này có hợp khẩu vị không?

这道菜合口味吗?

Các món gọi đã đủ, xin mời anh dùng bữa ạ.

您的菜上齐了，请慢用。

Bia và rượu vang tính tiền riêng.

啤酒和葡萄酒另外算钱。

Tất cả là 300 đồng.

一共300元。

Xin chào! Lần sau lại đến nữa nhé!

谢谢，欢迎下次再来。

Tại quán cà-phê
在咖啡馆

Khách hàng

 客

Em ơi, cho cốc cà-phê đen / cà-phê sữa.

小姐，给一杯纯咖啡 / 牛奶咖啡。

Ở đây có cà-phê đá không?

这儿有冰咖啡吗?

Ở đây có những loại bánh gì?

这儿有些什么糕点?

Ở đây có bánh ga-tô hay bánh nướng / bánh chả?

这儿有蛋糕或烧饼 / 鸡仔饼吗?

Bao nhiêu tiền một cốc cà-phê?

咖啡多少钱一杯?

Bánh thì bán thế nào?

点心多少钱?

Tất cả bao nhiêu tiền?

一共多少钱?

Nhân viên phục vụ

Chị cần loại cà-phê nào?

你想要什么咖啡?

Mời ông ngồi vào bàn đợi một lát.

请你坐下等一会儿。

Cốc này là cà-phê đen, còn cốc này là cà-phê sữa.

这杯是纯咖啡,那杯是牛奶咖啡。

Ông có cần cho thêm đường không?

你要加糖吗?

Đây có đường kính và đường miếng.

这儿有白糖和方糖。

Các vị cần dùng loại bánh nào?

你们要哪一种糕点?

Ở đây có nhiều loại bánh đặc biệt.

这儿有很多特色糕点。

Có loại bánh dừa rất ngon, các vị có thể ăn thử xem.

有种椰丝饼很好吃,你们可以尝尝。

Tại quán giải khát
在冷饮店

Khách hàng

Ở đây có những nước uống gì?

这儿有些什么喝的?

Em ơi, cho hai cốc nước dừa / nước chanh / nước mía ép.

小姐，来两杯椰子汁 / 柠檬汁 / 甘蔗汁。

Ở đây có nước cam / nước dứa không?

这儿有橙汁 / 菠萝汁吗?

Cho tôi một kem cốc khoai môn / dâu tây.

给我一份香芋 / 草莓冰激凌。

Cho một cốc nước đá thập cẩm.

来一份什锦冰花。

Lấy hai cốc bia cho đá.

来两杯啤酒加冰块。

Một chai bia Thanh Đảo / Hà Nội / Sài Gòn / Tiger.

一瓶青岛 / 河内 / 西贡 / 老虎啤酒。

Nhân viên phục vụ

服 务 员

Mời các vị vào ngồi bàn gần cửa sổ kia.

请你们坐靠窗的那张桌子。

Các vị cần dùng nước uống gì?

你们需要什么饮料?

Đây có chè, cà-phê, bia, các loại sinh tố và kem.

这儿有茶水、咖啡、啤酒、各种鲜果汁和冰激凌。

Nước trà thì có trà Lipton, trà xanh, trà ướp sen.

茶水有立顿茶、绿茶、莲心茶。

Bia có bia chai, bia lon, bia hơi, bia tươi.

啤酒有瓶装的、罐装的，还有扎啤、鲜啤。

Còn có các loại chè sen, chè ngô, chè đậu xanh, chè đỗ đen...

还有莲子冰花、玉米冰花、绿豆冰花、黑豆冰花等。

Ở đây có cả nước mía đá và nước mía nóng.

这里有冰甘蔗汁和热甘蔗汁。

Ở đây có chè thập cẩm, các vị có nếm thử không?

这里有什锦冰花，你们想尝尝吗？

Ăn cơm ở nhà
在家里

Chúng tôi thường ăn ba bữa ở nhà.

我们一般三餐都在家吃。

Có khi cũng ăn sáng ở quán ăn bên ngoài.

有时在外边吃早餐。

Buổi sáng thường ăn bánh mì, bánh bao và ăn cháo.

早上一般吃面包、包子和稀饭。

Các bạn Việt Nam thường ăn phở, ăn bún.

越南人一般吃扁粉、圆粉。

Thường là bố mẹ tôi đi chợ, nấu cơm.

一般是我父母买菜、做饭。

Ngày nghỉ có khi tôi cũng làm cơm.

假日有时我也做饭。

Làm vẩy con cá này, rồi cắt từng khúc / miếng.

把这条鱼去鳞，然后切成块 / 片。

Để tôi băm / thái thịt.

我来剁 / 切肉。

Chị rửa rau, vo gạo.

你洗菜、洗米。

Rán trứng trước, rồi xào rau.

先煎蛋，再炒菜。

Nấu canh vịt với măng chua.

煮酸笋鸭汤。

Hôm nay không ăn rau muống luộc.

今天不吃水煮空心菜。

Nếu có nước mắm chanh ớt chấm rau muống luộc thì rất ngon.

如果有柠檬、辣椒、鱼露蘸空心菜就很好。

Cơm chín rồi, sắp / dọn bàn lên / mâm ra.

饭好了，摆桌子吧。

Bày bát đũa cốc chén ra.

摆好碗筷、酒杯。

Mời cả nhà vào bàn dùng cơm.

请大家坐下来吃饭吧。

Tôi đói lắm rồi.

我很饿了。

Ăn canh trước đi.

先喝点汤吧。

Xới hộ bát cơm cho bố.

给你爸爸盛一碗饭。

Hôm nay mời anh ăn bữa cơm gia đình.

今天请你吃顿便饭。

Anh cứ tự nhiên, uống thêm chút rượu vang nhé.

不要客气，再喝点葡萄酒吧。

Đừng khách khí, để tôi tự gắp lấy.

别客气，我自己来。

Ăn thử miếng gỏi xem có ngon không.

你尝一块鱼生看好不好吃。

Anh có ăn được thịt bò không?

你能吃牛肉吗?

Thịt vịt / gà luộc có ngon không?

白切鸭 / 鸡好吃吗?

Mọi người ăn thong thả.

大家慢慢吃。

Ăn cơm ở nhà ăn
在食堂

Chúng ta cùng đi ăn cơm ở nhà ăn nhé.

我们一起去食堂吃饭吧。

Nhà ăn có món gì ngon?

食堂有什么好吃的?

Có cơm suất bốn đồng, năm đồng, sáu đồng, ăn cũng được.

有4元、5元、6元的快餐，还可以。

Cũng có thể mua cơm hộp về ăn.

也可以买盒饭带回去。

Cũng có thể gọi món ăn tại chỗ.

也可以点菜吃。

Từ ngữ bổ sung

đặt mâm 订桌　nem Sài Gòn 西贡春卷　thịt cừu / dê 羊肉

cá hấp 蒸鱼　giò 肉团　rau cải trắng 白菜　bắp cải 椰菜

súp lơ 花菜　rau xà lách 生菜　sườn rán 炸排骨　xá xíu 叉烧

lạp xường 腊肠　thịt nướng 烤肉　cá nướng 烤鱼　cá chép 鲤鱼

vây cá 鱼翅　măng ngọt 甜笋　nấm hương 香菇　rau mùi 香菜

đậu phụ 豆腐　đậu Hà Lan 荷兰豆　cà-rốt 胡萝卜　vằn thắn 云吞

lẩu 火锅　mì ăn liền 方便面　dầu lạc 花生油　pho mát 干酪

bơ 黄油　bột hồ tiêu 胡椒粉　rượu trắng 白酒　sâm-banh 香槟

uyt-ki 威士忌　nước suối 矿泉水　sữa tươi / chua 鲜奶 / 酸奶

bánh trôi 汤圆　bánh cốm 扁米饼　bách bích-quy 饼干　thìa 匙羹

nĩa 叉子　tăm 牙签　cay 辣　ngọt 甜　chua 酸　đắng 苦

gừng 姜　hành 葱　tỏi 蒜　mặn 咸　khăn giấy 餐巾纸

Kinh tế thương mại

经贸活动

Từ then chốt và mẫu câu

常用词语和句型

đàm phán thương mại	商务谈判
giao / gửi hàng	交 / 发货
bốc lên tàu và xuất phát	装船发运
phân chia lợi nhuận	收益分配
doanh nghiệp đăng ký	企业注册登记
môn bài doanh nghiệp	营业执照
viết đơn đặt hàng	填订货单
…làm quảng cáo cho …	……为……做广告
mang / có tính chất …	具有……性
ngoài … ra còn có …	除了……还有……
cung cấp … cho …	为……提供……
tạo điều kiện thuận lợi cho …	为……提供便利
…tổ chức tại…vào…	……于……（时间）在……（地点）举行

Hội chợ triển lãm
博览会

Thương gia dự hội chợ

参 展 商

Chúng tôi muốn tham dự hội chợ giao dịch quốc tế Quảng Châu.

我们要参加广州国际交易会。

Hội chợ Trung Quốc-ASEAN tổ chức tại đâu, vào thời gian nào?

中国—东盟博览会何时何地举行？

Tôi đến dự hội chợ triển lãm CAEXPO, nhưng không rõ thời gian tổ chức Hội chợ là bao lâu.

我来参加东博会，但不知道会期多长。

Có những nước nào tham dự hội chợ lần này?

参加本届博览会有哪些国家？

Công ty chúng tôi muốn thuê một quầy triển lãm, tiền thuê là bao nhiêu?

我公司想订一个展台，租金是多少？

Xin hỏi khu triển lãm của Việt Nam / Thái Lan ở đâu?

请问越南／泰国展区在哪儿？

Chúng tôi muốn thuê một phiên dịch tiếng Việt.

我们想请一名越语翻译。

Xin hỏi khu triển lãm của Thái Lan có những mặt hàng gì?

请问泰国展区有哪些展品？

Đây là bản giới thiệu và danh mục sản phẩm của chúng tôi.

这是我们的产品目录和介绍。

Mời xem hàng mẫu, đây đều là hàng Quảng Tây sản xuất.

请看样品，都是广西生产的。

Xin đăng ký / viết đơn đặt hàng, và ký tên vào đây.

请填订货单，并在这儿签名。

Chúng tôi muốn quý ông giúp chúng tôi làm quảng cáo mặt hàng / dựng biển quảng cáo ở bên ngoài cho chúng tôi.

我们希望贵方为我方商品做广告 / 竖立户外广告牌。

Ban tổ chức

主 办 方

Hoan nghênh quý vị đến dự hội chợ triển lãm lần này.

欢迎参加本届博览会。

Hội chợ triển lãm Trung Quốc-ASEAN được tổ chức tại Nam Ninh，gọi tắt là "Hội chợ CAEXPO".

中国—东盟博览会在南宁举行，这个博览会简称"东博会"。

Hội chợ Trung Quốc-ASEAN được tổ chức tại trung tâm Hội chợ triển lãm Nam Ninh vào tháng 9 hàng năm.

中国—东盟博览会每年9月在南宁会展中心举行。

Thời gian triển lãm là 5 ngày.

会期是5天。

Hội chợ lần này có rất nhiều nước đến tham dự，mặt hàng cũng rất dồi dào.

这届博览会的参展国很多，展品也十分丰富。

Hội chợ lần này ngoài Trung Quốc ra còn có các nước ASEAN như Việt Nam，Thái Lan，Lào，Cam-pu-chia，Xin-ga-po，Ma-lai-xi-a，In-đô-nê-xi-a cùng với các nước châu Âu，châu Mỹ và Nhật Bản v.v. cùng tham dự.

参加本届博览会的除中国外还有各东盟国家，包括越南、泰国、老挝、柬埔寨、新加坡、马来西亚、印度尼西亚以及日本和欧美国家。

Cứ đi thẳng tận đầu bên kia，rồi rẽ bên trái / phải，đến khu triển lãm số 3 là khu triển lãm của Việt Nam.

一直往前走到尽头，然后左 / 右转，第三个展区就是越南展区。

Ki-ốt cho thuê một ngày là 260 USD / m^2.

展台租金是每天260美元 / m²。

Ban tổ chức hội chợ sẽ cung cấp dịch vụ phiên dịch cho các đoàn triển lãm.

组委会向各展团提供翻译服务。

Ông muốn mời phiên dịch viên tiếng nước nào?

您想请什么语种的翻译？

Khách mua xem xong mặt hàng là có thể đặt mua với người bán, cũng có thể mua hàng tại chỗ.

买方看好样品就可以向卖方订购，也可以当场购买样品。

Khách tham quan

参 观 者

Nhờ ông giới thiệu qua tính năng và cách sử dụng của sản phẩm này.

请您介绍一下这个产品的性能和使用方法。

Sản phẩm của quý công ty được sản xuất ở đâu?

贵公司的产品产地在哪儿？

Tôi muốn đặt mua 50.000 cái. Bao giờ có thể giao hàng?

我想订购5万件。什么时候能交货？

Thủ tục đặt hàng làm như thế nào?

订货手续怎么办理？

Đặt hàng có cần tiền đặt cọc không?

订货需要付定金吗？

Mậu dịch mua bán
贸易

Bên bán：

卖 方

Tôi đề nghị hai bên nên bàn bạc về chất lượng và giá cả sản phẩm.

我建议双方就产品的质量和价格进行谈判。

Chúng tôi xin giới thiệu qua sản phẩm của chúng tôi cho ông.

我们向您简要介绍一下我们的产品。

Sản phẩm của chúng tôi phần lớn là phục vụ xuất khẩu.

我们的产品大部分出口。

Sản phẩm của chúng tôi chất lượng tốt, rất được khách hàng ưa thích.

我们的产品质量好，深受客户喜爱。

Đây là hàng mẫu của sản phẩm chúng tôi.

这是我们产品的样品。

Gạo của chúng tôi tính theo giá FOB, mỗi tấn là 1000 USD.

我们的大米离岸价为每吨1000美元。

Báo giá của chúng tôi thấp hơn các công ty khác.

我们的报价比别的公司低。

Chúng tôi sẽ giảm giá 5%.

我们准备降价5%。

Xin gửi sớm đơn đặt hàng cho chúng tôi.

请尽快把订单给我们寄来。

Chúng tôi đã chuẩn bị sẵn hợp đồng. Mời ông duyệt / ký tên.

我们已准备好了合同，请过目 / 签字。

Chúng tôi yêu cầu bên mua mở L / C.

我们要求买方开出信用证。

Chúng tôi đảm bảo trong 8 tháng sẽ gửi hàng đi.

我们承诺8个月内发货。

Chúng tôi rất mừng được thông báo với quý ông, theo điều khoản 7 của hợp đồng, hàng đã được xuất và vận chuyển bằng tàu thuyền, số đơn tàu thuyền vận chuyển là 5303.

我们很高兴通知您，按合同项的第7条，货物已装船发运，装船单号为5303。

Bên mua

买 方

Xin ông báo cho chúng tôi giá CIF 500 tấn lợn hơi giao hàng tại cảng Phòng Thành.

请你报给我们500吨生猪到防城港的到岸价。

Các ông báo giá cao quá.

你们的报价太高了。

Tôi đề nghị các ông xét lại về mặt giá cả.

我希望你们在价格方面做一些让步。

Với mức mua bán như vậy, nếu mở L / C phải có thẻ tín dụng thì sẽ làm tăng thêm kinh phí của chúng ta.

这么一个交易额，如果开信用证，就会增加我们的费用。

Chúng tôi đề nghị các ông chia làm hai đợt gửi hết số hàng này.

我们要求你们将所有货物分两批发完。

Sau khi nhận được phiếu tín dụng của chúng tôi thì xin xếp hàng lên tàu gửi đi ngay.

请收到我们的信用证后加紧装船发运。

❈ Khảo sát

⌣ 考察 ⌢

Đoàn khảo sát

考 察 团

Tỉnh / Khu tự trị chúng tôi sẽ cử một Đoàn cán bộ sang Việt Nam / Lào / Thái Lan khảo sát về thương mại.

我们省 / 自治区决定组团前往越南 / 老挝 / 泰国进行经贸考察。

Chúng tôi định khảo sát tính khả thi của việc đầu tư xây dựng xưởng sản xuất xe máy.

我们拟就投资设厂生产摩托车的可行性进行考察。

Phương tiện giao thông của người dân địa phương chủ yếu là gì?

本地人的主要交通工具是什么?

Lượng tiêu thụ xe máy có khá không?

摩托车的销量大吗?

Các phụ tùng xe máy có dễ mua được không?

摩托车的零配件容易买到吗?

Tiền lương cơ bản của công nhân / nhân viên quản lý ở địa phương khoảng độ bao nhiêu?

本地工人 / 管理人员的基本工资大概是多少?

Việc cung cấp điện / nước ở đây có vấn đề gì không?

这儿的水 / 电供应有问题吗?

Tình trạng giao thông ở đây thế nào?

这儿的交通状况如何?

Chính quyền địa phương có chính sách ưu tiên gì cho đầu tư nước ngoài không?

贵地政府对外来投资有什么优惠政策?

Môi trường đầu tư ở đây rất khá.

这里的投资环境不错。

Tiếp viên bản địa

当 地 接 待 人 员

Hoan nghênh quý quốc / quý công ty đến đây xây dựng xưởng, sản xuất xe máy tại chỗ.

欢迎贵国 / 贵公司来本地设厂,就地生产摩托车。

Xe máy là phương tiện giao thông chính của người dân địa phương.

摩托车是本地居民主要的交通工具。

Xây dựng xưởng sản xuất xe máy ở đây giá thành thấp, lợi nhuận cao.

在本地设厂生产摩托车成本低、盈利大。

175

Sức lao động của chúng tôi ở đây rẻ, điện nước cung cấp đầy đủ.

我们这儿劳动力便宜，水电供应充足。

Ở đây giao thông rất tiện lợi, đường quốc lộ và đường sắt thông suốt.

这儿交通十分便利，公路、铁路四通八达。

Việc sử dụng đất của nhà máy không có vấn đề gì, có thể xây lại trên một nhà máy cơ khí sẵn có, cũng có thể xây mới nhà máy.

工厂的用地不成问题，可以改建原有的一个机械厂，也可以建设新厂房。

Đối với người đầu tư nước ngoài, chúng tôi có ưu đãi về thuế, sử dụng đất đai và nhiều mặt khác.

我们对外来投资者给予税收、土地使用等多种优惠。

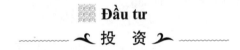

Đầu tư

投 资

Bên đầu tư

Chúng tôi muốn đầu tư ở bên các bạn, để xây dựng nhà máy gia công nông sản phẩm phụ.

我们要在贵地投资，建立农副产品加工厂。

Năng lực gia công nông sản phẩm hàng năm là 10.000 tấn, có thể tiêu thụ trong nước và xuất khẩu.

农产品加工能力为每年1万吨，产品可供内销和出口。

Tổng kim ngạch đầu tư của nhà máy là 1.200.000 （một triệu hai trăm ngàn）USD, công ty chúng tôi chiếm 49% cổ phần, phía các bạn chiếm 51% cổ phần.

该厂的投资总额为120万美元，我公司占有股份49%，贵方占51%。

Phương thức đầu tư của chúng tôi là cung cấp 60% tiền vốn, cùng với công nghệ và thiết bị chủ yếu.

我们的出资方式是货币出资60%，还有技术和主要设备出资。

Bản báo cáo nghiên cứu tính khả thi của chúng tôi đã được phê chuẩn chưa?

我们的可行性研究报告已经获得批准了吗？

Phía các bạn có chính sách ưu đãi gì cho chúng tôi?

贵方给我们什么优惠政策？

Bây giờ chúng ta có thể bàn bạc ký kết hợp đồng và chương trình của xí nghiệp hùn vốn rồi.

现在我们可以谈判签订合资企业的合同和章程了。

Thời hạn hợp đồng của chúng ta ấn định là 30 năm.

我们的合同期限定为30年。

Sau khi hợp tác kinh doanh hết hạn, chúng tôi sẽ chuyển cổ phần công ty của mình cho các bạn.

合作经营期满之后，我方将把自己在公司的股权转让给贵方所有。

Bên gọi thầu

招 商 方

Hoan nghênh quý công ty đến thành phố chúng tôi đầu tư xây dựng nhà máy.

欢迎贵公司来我市投资建厂。

Chúng tôi sẽ tạo điều kiện thuận lợi cho quý công ty.

我们会为贵公司提供方便。

Chúng tôi có thể cùng với quý công ty hùn vốn xây dựng công ty cổ phần hữu hạn rượu bia.

我们可以与贵公司合资兴建啤酒股份有限公司。

Tôi cho rằng nên nâng cao hơn chút tỷ lệ góp vốn đầu tư của bên công ty chúng tôi.

我认为我公司的出资比例应该提高一些。

Theo chính sách ưu đãi của Nhà nước chúng tôi，chúng tôi cho quý công ty hưởng đãi ngộ tương đương như doanh nghiệp của nước chúng tôi.

根据我国政府的优惠政策，我们给予贵公司与我国企业同样的待遇。

Để khuyến khích đầu tư，về phần thu thuế chúng tôi cho miễn giảm khoản thuế thu nhập của doanh nghiệp trong 3 năm đầu.

为了鼓励投资，我们免征前三年的企业所得税。

Gọi thầu và đấu thầu
招标与投标

Người đấu thầu

投 标 人

Tôi muốn tìm hiểu về việc gọi thầu xây dựng dự án tuyến đường quốc lộ.

我想了解公路建设项目的招标情况。

Hạn chấm dứt gọi thầu đã xác định vào ngày nào?

招标截止日期定在哪一天？

Bao giờ giao thầu / mở thầu?

何时发标 / 开标？

Xin cho biết đơn báo danh dự thẩm viết bằng tiếng nước nào?

请问报名表要求使用何种文字书写？

Thông qua sự thẩm tra （tư cách） của bên gọi thầu thì mới giành được tư cách người ứng thầu.

通过发包商（资格）审查的意向投标人，成为有权投标人。

Người ứng thầu cần cung cấp đảm bảo ứng thầu mới có thể tham gia ứng thầu.

有权投标人必须提交投标担保后，才能参加投标。

Sau khi giao nộp hợp đồng bảo lãnh，người trúng thầu mới được phép ký "Hợp đồng giao / nhận thầu" với bên gọi thầu.

中标人必须提交合同担保后，才能与发包商签订《发包 / 承包合同》。

Người gọi thầu

Bộ Giao thông đã công bố gọi thầu cho công trình xây dựng tuyến đường sắt.

交通部已为修建铁路项目发出了招标公告。

Cần phải thông qua dự thẩm tư cách.

需通过资格预审。

Công ty tham dự dự thẩm tư cách phải nộp đơn xin dự thẩm trước ngày 12 tháng 3.

意向投标人请在3月12日前提交报名表。

Đơn xin dự thẩm tư cách phải viết bằng tiếng Anh hoặc tiếng Việt.

资格预审申请书应用英文或越文书写。

Dự thẩm tư cách của quý công ty đã được thông qua.

贵公司的资格预审已获通过。

Đề nghị（người nhận thầu）mua bản khai nhận thầu.

请来购买标书文件。

Thời gian lập bản khai nhận thầu là 20 ngày.

意向投标人做标书的时间为20天。

Hạn đấu thầu đến 18 giờ ngày 30 tháng 6 thì chấm dứt.

投标截止日期为6月30日18时。

10 giờ sáng ngày 10 tháng 9 công bố mở thầu.

9月10日上午10时公开开标。

Bên gọi thầu bảo lưu quyền không lựa chọn giá báo thấp nhất, một giá báo nào đó hoặc toàn bộ báo giá.

招标方保留不选择最低报价、某个报价或全部报价的权利。

Từ ngữ bổ sung

giá hàng trưng bày 陈列架　 mô hình 模型　 tư vấn 咨询

người giới thiệu / thuyết minh 讲解员

thành hợp đồng / thỏa thuận mua bán 成交

thổ sản / đặc sản địa phương 土特产　 gốm sứ 陶瓷

giá thành 成本价　 bảo hiểm 保险　 đòi bồi thường 索赔

sản phẩm bán chạy trên thị trường 产品适销对路

điều kiện trả tiền 付款条件　 điều kiện thanh toán 结算条件

đàm phán về buôn bán 贸易谈判　 bỏ cuộc đàm phán 放弃谈判

cơ sở hạ tầng 基础设施　 điều tra thị trường 市场调查

tiềm lực thị trường 市场潜力　 chính sách đầu tư 投资政策

nhà máy máy kéo đẩy tay 手扶拖拉机厂　 nhà máy nông cụ 农具厂

nhà máy xe đạp 自行车厂　 xe vận tải nhỏ 小卡车

xí nghiệp liên doanh 联营企业

xí nghiệp nước ngoài độc lập bỏ vốn 外国独资企业

đưa sản phẩm vào thị trường quốc tế 打入国际市场

tham gia cạnh tranh quốc tế 参加国际竞争

đổi lấy ngoại hối 换汇　 bao tiêu 包销

nộp thuế 纳税　 thuế giá trị gia tăng（VAT）增值税

mua sắm 采购　 công dân 公民　 pháp nhân 法人

bản ghi nhớ / hợp đồng đấu thầu 投标意向书

tiền bảo đảm liên quan 连带保证金　 công trình, dự án 工程

hoàn thành công trình 工程竣工　 nghiệm thu 验收

Y tế

医 疗

Từ then chốt và mẫu câu
常用词语和句型

rút máu	抽血
đo huyết áp / nhiệt độ	量血压 / 体温
xét nghiệm máu / phân và nước tiểu	验血 / 大小便
khám bệnh	看病
bắt ống nghe	听诊
đi lỏng	拉肚子
nằm viện	住院
kê đơn	开处方
bốc thuốc	抓药
lấy số	挂号
bắt mạch	把脉
chiếu X quang	透视
tiếp dịch	输液
…thấy … lắm	……觉得很……
… nhất là …	……特别是……

Khám sức khỏe

体检

Người khám sức khỏe

 体 检 人

Khám sức khỏe ở gác mấy hở bác sĩ?

医生，请问体检在几楼？

Cần khám những mục gì ở khoa nào?

需要在哪个科检查哪些项目？

Có cần để trạng thái đói bụng không?

需要空腹吗？

Có vấn đề gì không?

有什么问题吗？

Cần phải xử lý hay không?

需要处理吗？

Bác sĩ

 医 生

Khám sức khỏe phải khám khoa nội, khoa ngoại, khoa mắt, khoa tai mũi họng, chiếu X quang, thử máu và thử nước tiểu.

体检包括内科、外科、眼科、耳鼻喉检查、透视、验血和化验小便。

Nếu thử máu thì nhớ không ăn sáng, phải đến bệnh viện trước 8 giờ sáng để lấy máu xét nghiệm.

如果要验血，要记住不吃早餐，空腹来，要在8点之前到医院抽血。

Xin cởi áo ngoài ra để tôi khám cho.

请脱外衣让我检查。

Mời nằm xuống.

请躺下。

Nằm ngửa.

请仰卧。

Co chân lại.

请弯腿。

Nín thở.

请屏住呼吸。

Hít thở mạnh.

请深呼吸。

Thôi，để tự nhiên.

行了，放松。

Há miệng ra，kêu "A" một cái.

张开嘴巴，说"啊"。

Thè lưỡi ra.

把舌头伸出来。

Để tôi đo huyết áp và thử nhiệt độ cho anh.

我给你测血压和量体温。

Để tôi khám điện tâm đồ cho.

我给你做心电图检查。

Anh phải đi chiếu phổi xem.

你要去做肺部透视检查。

Sức khỏe anh rất tốt.

你的身体很好。

Anh bị đau mắt hột, nên dùng thuốc chữa ngay.

你有沙眼，要马上用药。

Không có vấn đề gì，tất cả đều bình thường.

没什么问题，一切正常。

Để tôi viết giấy chứng nhận sức khỏe cho anh.

我给你开体检证明。

❋ Khám bệnh
看 病

Bệnh nhân

 病 人

Gần đây có bệnh viện không?

请问附近有医院吗？

Tôi muốn đi khám bệnh.

我得去看病。

Tôi bị ốm rồi.

我生病了。

Tôi thấy khó chịu lắm.

我觉得很难受。

Xin hỏi lấy số khám bệnh ở đâu ạ?

请问在哪里挂号？

Tôi thấy đau bụng, xin hỏi nên lấy số khám ở khoa nào ạ?

我肚子疼，请问挂什么科？

Tôi muốn lấy số khám nội khoa.

我要挂号看内科。

Tôi mua một quyển y bạ.

我要买一本病历本。

Thưa bác sĩ, tôi thấy nhức đầu, ho, ngạt mũi, rã rời chân tay, cảm thấy hơi sốt.

医生，我头痛、咳嗽、鼻塞、四肢疲软，有点发烧。

Tôi bị sốt 38 độ.

我发烧了，38度。

Mấy hôm nay ăn không thấy ngon.

这几天我胃口不好。

Tôi thấy đau bụng, nhất là sau khi ăn cơm, thường bị đau âm ỉ.

我肚子痛，特别是饭后常常隐隐作痛。

Tôi ho suốt cả đêm.

我整晚咳嗽。

Tôi bị hắt hơi, sổ mũi.

我打喷嚏、流鼻涕。

Tôi thấy buồn nôn.

我想吐。

Tôi bị đau chỗ này.

我这里痛。

Tôi đau cổ / đau bụng / đau răng / đau gan / đau ngực / đau khớp xương /

đau lưng.

我喉咙痛 / 肚子痛 / 牙痛 / 肝痛 / 胸痛 / 关节痛 / 腰痛。

Tôi có bệnh tim.

我有心脏病。

Tôi có bệnh cao huyết áp / huyết áp thấp.

我有高血压 / 低血压。

Tôi bị đi lỏng.

我拉肚子。

Tôi bị táo bón.

我便秘。

Tôi bị loét khoang miệng.

我口腔溃疡。

Tôi bị viêm mũi.

我得了鼻炎。

Em ấy bị viêm A-mi-đan.

她扁桃腺发炎。

Anh ấy bị viêm ruột thừa cấp tính.

他得了急性阑尾炎。

Tôi bị dị ứng, ngứa hết cả người.

我过敏，全身发痒。

Tôi hay bị nấc.

我老是打嗝。

Tôi rất khó ngủ.

我很难入眠。

Tôi dễ mất ngủ.

我容易失眠。

Anh ấy bị gãy xương cánh tay.

他的手臂骨折了。

Anh ấy bị trẹo chân.

他的脚扭伤了。

Chị ấy bị bong gân.

她扭伤了筋。

Bà ấy bị bỏng nước sôi / bỏng lửa.

她被开水烫伤 / 被火烧伤了。

Bệnh này có phải là bệnh lây không?

这种病是传染病吗?

Tôi bị dị ứng Pê-ni-xi-lin.

我对青霉素过敏。

Xin hỏi trả tiền / lấy thuốc ở đâu ạ?

请问在哪里缴费 / 取药？

Bác sĩ

医 生

Anh thấy chỗ nào khó chịu?

你觉得哪里不舒服？

Anh thấy đau ở đâu?

你哪里痛？

Đã đau mấy hôm rồi?

痛几天了？

Có thấy sốt không?

你发烧吗？

Ăn uống thế nào?

食欲怎么样？

Đại tiểu tiện ra sao?

大小便正常吗？

Triệu chứng này đã bao lâu rồi?

出现这种症状有多少天了？

Anh bị ốm lâu chưa?

你病多长时间了？

Anh thấy khó chịu từ bao giờ?

你从什么时候开始觉得不舒服的？

Để tôi bắt mạch cho anh.

我给你把把脉。

Anh đã điều trị ở đâu?

你曾在哪里治疗？

Uống những thuốc gì rồi?

吃过什么药？

Tôi ấn chỗ này có thấy đau không?

我按这里时觉得痛吗？

Ấn chỗ nào đau thì nói nhé.

我按哪里痛你就说。

Hãy đi thử máu và thử nước tiểu.

先去验血和验小便。

Tôi đề nghị anh nằm viện điều trị.

我建议你住院治疗。

Ông phải làm phẫu thuật ngoại khoa.

你要做外科手术。

Chúng tôi mổ ruột thừa cho ông.

我们给你做阑尾手术。

Tôi băng bó cho chị.

我给你包扎。

Tôi bó bột cố định xương cánh tay cho anh.

我用石膏固定你的手臂。

Bà ấy cần phải tiếp máu.

她需要输血。

Bệnh của ông nhẹ thôi, chóng khỏi lắm.

您的病不重，很快就会好的。

Không trở ngại gì cả.

没什么大问题。

Ông đừng làm mệt quá, phải giữ sức khỏe.

您别太累了，要多保重。

Tôi kê một đơn thuốc cho ông.

我给你开一张处方。

Có dị ứng thuốc gì không?

对什么药过敏吗?

Tôi châm cứu / tiêm / tiếp nước cho ông.

我给你针灸 / 打针 / 输液。

Trước khi tiêm loại thuốc này phải thử phản ứng.

打这种针之前，要先做皮试。

Chị phải uống nhiều nước, và ăn nhiều hoa quả.

你要多喝水，多吃水果。

Phải kiêng ăn những thứ chua cay và kiêng rượu.

要忌酸辣和忌酒。

Phải kiêng ăn ngọt.

要忌甜食。

Không nên ăn quá mặn.

不要吃太咸。

Loại thuốc này mỗi ngày uống 4 lần, mỗi lần 2 viên.

这种药每天吃4次，每次2片。

Loại thuốc này uống trước khi / sau khi ăn cơm.

这种药要饭前 / 饭后吃。

Thuốc nước trước khi uống phải lắc đều.

药水服用前要先摇匀。

Uống kèm theo thuốc bắc, điều trị chóng khỏi hơn.

配合服用中药治疗见效更快。

Uống hết liều thuốc này thì lại khám lại.

用完这个疗程的药再来复诊。

Tại hiệu thuốc
在药房

Khách hàng

 顾 客

Đây là đơn thuốc của tôi.

这是我的药方。

Nhờ anh bốc hộ thuốc theo đơn kê.

请您给我抓处方上的药。

Ở đây có asprin / quinine / thuốc ngủ / thuốc an thần / thuốc đỏ / cồn iot /

cồn / băng dính / băng bó vết thương hay không?

这里有阿斯匹林 / 奎宁 / 安眠药 / 镇静药 / 红汞水 / 碘酒 / 酒精 / 胶布 /

伤口包扎药吗?

Tôi muốn mua ít thuốc cảm.

我想买点感冒药。

Loại thuốc này không có đơn kê có mua được không?

这药没有处方可以买吗?

Loại thuốc này có thể tiêm dưới da được không?

这药可以作皮下注射吗?

Tôi bị dị ứng kháng sinh.

我对抗生素过敏。

Những thuốc này sử dụng thế nào?

这些药怎么样用?

Bao nhiêu tiền?

多少钱?

Dược sĩ

药 剂 师

Loại thuốc này cần có đơn kê.

这种药要处方。

Loại thuốc này chưa bao giờ được bán khi không có đơn kê.

这种药没有处方从不出售。

Anh muốn lấy thuốc bôi ngoài hay thuốc uống?

您要外用药还是内服药?

Anh có bị dị ứng kháng sinh không?

您对抗生素过敏吗?

Thuốc này dùng để uống / bôi ngoài.

这些是内服药 / 外用药。

Bảng hướng dẫn sử dụng kèm trong hộp thuốc.

这药的用法说明书放在盒子里。

Những thuốc này uống trực tiếp / uống với nước.

这些药吞服 / 用水冲服。

Ngày 3 lần, mỗi lần 2 viên（viên nang）.

每天三次，每次两颗（胶囊）。

Thuốc viên này cứ 4 tiếng đồng hồ uống 1 lần.

这些药片每4小时服一次。

Thuốc này mỗi lần uống 3 viên lần lượt vào buổi sáng, buổi trưa và buổi tối.

这些药早、中、晚各服三片。

Loại thuốc này uống vào thời điểm giữa 2 bữa ăn.

这药要在两餐饭之间吃。

Không nên uống thuốc quá liều lượng cho phép.

不要超过规定的服用量。

Đây là liều lượng sử dụng ban đầu / lượng sử dụng duy trì.

这是首次用量 / 维持量。

Sử dụng theo lời căn dặn của bác sĩ.

请遵医嘱。

Loại thuốc kem này nên bôi lớp mỏng lên vết thương.

这乳膏应摊薄涂在患处。

Đây là thuốc nhỏ mắt / nhỏ mũi / nhỏ tai.

这是滴眼 / 滴鼻 / 滴耳的药。

Lắc nhẹ cho đều trước khi uống.

服用前摇匀。

Loại thuốc này có tác dụng phụ.

这药有副作用。

Lưu ý, những thuốc này dễ gây buồn ngủ.

注意，这些药会使人想睡觉的。

Có người bị dị ứng khi sử dụng loại thuốc này.

这种药有些人用起来会过敏。

Nếu có tác dụng phụ thì cần ngừng thuốc ngay.

如果有副作用，请立即停止服用。

Cần uống nhiều nước.

要多喝水。

Loại thuốc này cần bảo tồn trong tủ lạnh ở nhiệt độ chừng 4℃.

这药应保存在4度左右的冰箱内。

Không nên để thuốc trong tầm tay với của trẻ em.

不要把药放在儿童可以接触的地方。

Từ ngữ bổ sung

phòng mổ 手术室　gây mê 麻醉　cầm máu 止血　ngộ độc 中毒

thần kinh 神经　da 皮肤　hậu môn 肛门　đau nửa đầu 偏头痛

đau nhói 绞痛　ngất 休克　chóng mặt 眩晕　cúm / cảm cúm 流感

tê liệt 瘫痪　chuột rút 抽筋　sưng 肿　chảy mủ 流脓　không

tiêu 消化不良　trĩ 痔疮　thiếu máu 贫血　giun đũa 蛔虫

quai bị 腮腺炎　viêm màng não 脑膜炎　viêm túi mật 胆囊炎

viêm gan 肝炎　viêm phổi 肺炎　viêm tử cung 子宫炎

phong thấp 风湿　bệnh ung thư 癌症　nhiễm trùng 感染

hành kinh 行经　đau hành kinh 痛经　bệnh kinh niên 慢性病

rửa ruột 洗肠　thuốc tránh thai 避孕药　thuốc tây 西药

thuốc cao 膏药　thuốc bột 药粉　thuốc đỏ 红药水　thuốc tím 紫药水

tăm bông 棉签　băng 绷带　xe cấp cứu 急救车　y tá 护士

chờ khám bệnh 候诊　phòng khám bệnh 诊室

phòng cấp cứu 急救室　viêm khí quản 气管炎

sái khớp / trật khớp 脱臼　ung thư gan / phổi 肝癌 / 肺癌

bệnh tiểu đường 糖尿病　bệnh sỏi thận 肾结石

bệnh hen suyễn 哮喘病　nhóm máu 血型

có tác dụng điều trị của thuốc 有药用功效

193

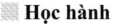

Học hành

学 习

Sang Việt Nam du học
到越南留学

Học sinh

Tôi muốn xin đi du học ở Việt Nam.

我想到越南留学。

Trường nào có thể nhận học sinh nước ngoài?

哪所学校可以接收外国留学生?

Học sinh Trung Quốc đi du học Việt Nam phải làm những thủ tục gì?

中国学生到越南留学要办理什么手续?

Có những quy định gì?

有些什么规定?

Học phí mỗi năm là bao nhiêu?

每年学费是多少?

Chỗ ở giải quyết thế nào?

住宿怎么解决?

Trong trường có nhà ăn sinh viên không?

学校有学生食堂吗?

Lệ phí xin học / Lệ phí báo danh là bao nhiêu?

申请手续费 / 报名费是多少?

Có thể vừa học vừa đi làm thêm không?

可以半工半读吗?

Là lớp dài hạn hay lớp ngắn hạn?

是正规班还是短期班?

Sau khi tốt nghiệp có được cấp bằng gì không?

毕业后可以发什么文凭?

Thời gian nghỉ là bao lâu?

放假时间多长?

Một tuần học mấy ngày?

每周学习几天?

Buổi sáng / Buổi chiều học mấy tiết?

上午 / 下午上几节课?

Mỗi tuần học bao nhiêu tiết tất cả?

一个星期共上多少节课?

Giáo viên

 老 师

Nói chung các trường thuộc Đại học Quốc gia Hà Nội đều có thể nhận học sinh nước ngoài.

一般来说，河内国家大学所属各校都可以接收外国留学生。

Người xin phải nộp hồ sơ cá nhân cho trường mình xin vào học.

申请人应向选定的大学递交个人材料。

Hồ sơ gồm lý lịch cá nhân, bằng học lực và giấy khám sức khỏe v.v.

材料包括个人简历、学历证书和健康证等。

Về học phí, các trường và các chuyên ngành khác nhau sẽ có quy định khác nhau.

不同的学校、不同的专业对学费有不同的规定。

Về chỗ ở, có thể tự thuê nhà hoặc có thể ở ngay trong trường.

住宿方面，可以自己租房子住，也可以在学校住。

Trong trường có nhà ăn sinh viên.

学校有学生食堂。

Lệ phí xin học / Lệ phí báo danh là 30 USD.

申请费 / 报名费是30美元。

Trường chúng tôi có nhiều lớp với những hình thức học tập khác nhau.

我们学校设有多种形式的学习班。

Nếu học cao học lấy bằng thạc sĩ thì nhất thiết phải có bằng cử nhân.

如果要攻读硕士学位，必须持有学士学位证书。

Nếu học 3 tháng hoặc 6 tháng thì được cấp chứng chỉ.

如果学习3个月或6个月，就发结业证书。

Đến Trung Quốc lưu học
到中国留学

Tôi là học sinh cấp 3, muốn xin du học ở Trung Quốc có được không?

我是高中生，想申请到中国留学可以吗？

Tôi muốn học ngôn ngữ ở trường này có được không?

我想在这所学校学语言可以吗？

Nếu muốn học ngành y thì có thể xin học ở trường nào?

如果想学医，可以申请哪所学校？

Đại học có ngành quản trị kinh doanh / ngành xây dựng không?

大学有经济管理 / 建筑专业吗？

Tôi muốn học kinh tế học.

我想学经济学。

Một khóa học là mấy năm?

学制是几年？

Mỗi năm tổ chức bao nhiêu lần thi trình độ tiếng Hán (HSK)?

一年有几次汉语水平考试（HSK）？

Năm nay có nhiều người dự thi không?

今年参加考试的人多吗？

Ở đâu có lớp đào tạo tiếng Trung Quốc ngắn hạn?

哪里有汉语短期培训班？

Lớp học có đông người không?

每班学生人数多吗？

Giao thông đi lại có thuận tiện không?

交通方便吗？

Một ngày học mấy buổi?

一天学几个时段？

Có lớp học buổi tối không?

有晚上的学习班吗?

Đến Trung Quốc lưu học có quy định về tuổi tác không?

到中国留学有没有年龄限制?

Xin học bổng thì cần những điều kiện gì?

申请奖学金需要什么条件?

Trả lời

 答

Muốn sang Trung Quốc học ngành y phải có chứng chỉ HSK thì mới được xin vào học.

来中国学医必须有HSK证书才可以申请入学。

Mỗi năm có 2 lần thi trình độ tiếng Hán.

每年有两次汉语水平考试。

Nếu học ngôn ngữ thì chỉ cần có sức khỏe tốt là được.

如果学习语言，只要身体健康就可以了。

Anh có thể học chuyên ngành ngôn ngữ và chọn học thêm chuyên ngành thương mại quốc tế.

你可以主修语言专业，再选修国际贸易专业。

Mỗi khóa học là 4 năm, nếu học ngành y là 5 năm.

一般学制是4年，医学专业是5年。

Học ngôn ngữ thì có thể học 6 tháng, 1 năm hoặc 2 năm .

学语言可以学6个月、1年或2年。

Giao thông đi lại rất thuận tiện, có trạm xe buýt ở ngay cổng trường.

交通很方便，校门口就有公共汽车站。

Có taxi phục vụ suốt 24 tiếng.

24小时都有出租车。

❋ Mỗi ngày chỉ học buổi sáng hoặc buổi chiều.

每天只有上午或下午上学。

❋ Mỗi lớp sinh viên trên dưới 30 người.

每班有学生30人左右。

❋ Cũng có lớp học buổi tối.

也有晚上的学习班。

Từ ngữ bổ sung

xin đi du học 申请留学　cao đẳng 大专　nghiên cứu sinh 研究生

tiến sĩ 博士　thời khóa biểu 课程表　văn bằng 文凭

sách giáo khoa 教科书　dự thính 旁听　thi viết 笔试

khoa ngôn ngữ học 语言学系　khoa luật 法律系

khoa văn học 文学系　thi nói vấn đáp 口试　thôi học 退学

hiệu trưởng / giám đốc trường 校长　trợ lý 助教

giáo sư hướng dẫn 导师　giảng viên 讲师　giáo sư 教授

điểm danh 点名　bảo vệ luận án 论文答辩　đăng ký 注册

theo học chuyên ngành 主修　kí túc xá sinh viên 学生宿舍

đào tạo kỹ thuật 技术培训　Đại học Bắc Kinh 北京大学

Đại học Dân tộc Quảng Tây 广西民族大学

Vi tính

电 脑

Từ then chốt và mẫu câu
常用词语和句型

bật / tắt vi tính   开 / 关电脑

xử lý văn bản   进行文字处理

bấm nút tìm kiếm   点击"搜索"

mở blog   开博客

… tương thích với…   ……与……兼容

Máy vi tính được tổ hợp bởi 2 bộ phần là phần cứng và phần mềm.

一部电脑包括硬件和软件两部分。

Vi tính của tôi không nhận ổ cứng di động này.

我的个人电脑不认这个移动硬盘。

 ### Mua vi tính

购买电脑

Khách hàng

 顾 客

Tôi muốn mua một chiếc máy vi tính bàn / vi tính xách tay.

我想买一部台式电脑/手提电脑。

Dự toán của tôi là 14 triệu VND, bạn thấy nên mua vi tính ở cấp hạng nào thì phù hợp?

我的预算是1400万越盾，您觉得我买什么配置的电脑好呢？

Bạn cho là tôi nên mua vi tính bàn hay vi tính xách tay nhỉ?

您觉得我买台式电脑还是手提电脑好呢？

Tôi mua vi tính là để xử lý văn bản và truy cập internet.

我买电脑是用来作文字处理和上网的。

Anh thấy vi tính Lenovo / Dell thế nào?

您觉得联想电脑/戴尔电脑怎么样？

Vi tính bàn và vi tính xách tay có gì khác nhau?

台式电脑和手提电脑有什么不同呢？

Thường thì sẽ cài đặt hệ thống Windows.

一般装的是Windows系统。

Dung lượng của ổ cứng / USB là bao nhiêu?

硬盘/U盘的容量是多大？

Tôi muốn mua 5 chiếc USB loại 8G và 1 ổ cứng di động 2T.

我想买5个8G（8千兆字节）的U盘和一个2T的移动硬盘。

Máy vi tính này đã cài đặt phần mềm chống virus chưa?

这台电脑装有杀毒软件吗？

Người bán hàng

Anh muốn mua máy vi tính để làm gì?

您买电脑作何用途？

Loại vi tính này đơn giản gọn gẽ mà tính năng lại tốt.

这种电脑既简约，性能又好。

Vi tính bàn có bàn phím to, màn hình lớn, khi sử dụng khá thoải mái.

台式电脑键盘大，屏幕也大，用起来舒服。

Giá của máy vi tính bàn cũng "mềm" hơn.

台式电脑的价格相对低廉。

Vi tính xách tay có thể so đọ với máy vi tính bàn.

手提电脑可以与台式电脑媲美。

Khi thao tác thì vi tính xách tay có chậm hơn đôi chút.

手提电脑操作起来速度是慢一点。

Chất lượng của màn hình tinh thể lỏng rất tốt, độ nét rất cao.

液晶屏幕的质量已经很好，清晰度很高。

Máy vi tính được tổ hợp bởi 2 bộ phận là phần cứng và phần mềm.

一部电脑包括硬件和软件两部分。

Máy in là phần thiết bị phụ trợ của vi tính.

打印机是电脑的辅助设备。

PC có thể cài đặt/setup nhiều phần mềm khác nhau.

主机可以安装多种软件。

Phần mềm thông dụng nhất gồm phần mềm diệt virus, phần mềm xử lý văn bản và phần mềm thông tin.

最常用的软件有杀毒软件、文字处理软件和通讯软件。

Dung lượng ổ cứng/USB là 256 G.

硬盘/U盘的容量是256 G。

Sử dụng vi tính
使用电脑

Thường thì bạn sử dụng vi tính để làm gì?

你平时用电脑做什么呢？

Muốn lưu file thì cần thao tác thế nào?

想把文件备份怎样操作？

Những dữ liệu này tôi có thể tải từ trên mạng nào nhỉ?

这些资料我可以从什么网上下载？

Muốn lưu những ảnh này vào USB thì cần làm thế nào?

怎样把这些照片存到U盘上？

Vi tính của tôi phản ứng rất chậm, có lẽ bị nhiễm virus rồi, làm thế nào bây giờ?

我的电脑反应很慢，可能是中毒了，怎么办？

File này không mở được, cần làm thế nào nhỉ?

这个文件打不开，怎么办？

Phiền anh lắp hộ tôi chiếc máy in.

麻烦你帮我安装一下打印机。

Trả lời

Tôi sử dụng vi tính để gửi file, trò chuyện, xem phim và nghe nhạc.

我用电脑收发文件，和朋友聊天，看电影，听音乐等。

Tôi thường dùng vi tính để xử lý file / download tài liệu / lưu trữ ảnh.

我常用电脑进行文件处理/下载材料/照片保存。

Dùng phần mềm chống virus để truy quét toàn bộ trên máy.

用杀毒软件全盘扫描。

File trên mảng C vi tính của bạn đã quá nhiều, vì thế mà máy phản ứng chậm.

你的电脑C盘文件太多了，所以反应慢。

Windows đang bật mở / tắt.

Windows视窗正在打开 / 关闭。

Bấm nút tìm kiếm.

点击搜索。

Không thể hiển thị trang web.

网页无法显示。

Tôi sử dụng trình tự Word / Windows / Excel.

我用的是Word / Windows / Excel程序。

Muốn copy file thì trước hết cần chọn / chọn toàn bộ.

要复制文件，首先要选中/全选。

Bạn nên lắp trình tự bảo vệ chống virus và thường xuyên diệt virus.

您应该安装防病毒的保护程序，经常杀毒。

Cần phải cài tường lửa.

必须装上防火墙。

Bạn cần phải định kỳ đổi mới hệ thống thao tác của mình.

您要定期更新操作系统。

Vi tính của tôi không nhận ổ cứng di động này.

我的个人电脑不认这个移动硬盘。

USB là một phương tiện lưu trữ, có thể dùng để lưu trữ dữ liệu và hình ảnh.

U盘是一个存储工具，可以保存资料和照片。

USB là một phương tiện dùng để lưu trữ, không nên trực tiếp thao tác sử dụng trên đó trong thời gian dài.

U盘是个储存资料的工具，不适合长时间直接在上面工作。

Trước khi bắt đầu công việc, bạn nên copy file trong USB vào vi tính.

开始工作以前，您应将U盘上储存的文件拷到电脑上。

Bạn có thể "sao" những tấm hình mà mình ưa thích vào trong USB.

您可以把喜欢的照片"复制"到U盘上。

Nếu như dữ liệu của bạn bị xoá nhầm, thì bạn có thể sử dụng phần mềm chuyên nghiệp để phục hồi dữ liệu bị xoá nhầm hoặc đã mất trên máy tính.

如果您的资料被误删，您可以利用专门的软件恢复受损或丢失的资料。

Truy cập mạng internet

上网

Trạm mạng cửa ngõ nổi tiếng nhất của Việt Nam là trạm mạng nào?

越南最著名的门户网站是哪一个？

Bộ tìm kiếm lớn nhất thế giới là bộ nào?

世界最大的搜索引擎是哪一个？

Anh có thường xuyên lên mạng không?

您经常上网吗？

Anh có bạn giao thiệp trên mạng của mình chứ?

您有网友吗？

Anh liên hệ với bạn trên mạng của mình bằng phương thức gì?

您通过什么方式与网友联系？

Anh có trang web riêng của mình không?

您有个人网页吗？

Anh đã mở blog chưa?

您开博客了吗？

Anh đã mở wechat chưa?

你开了微信吗？

Số QQ của bạn là bao nhiêu?

你的QQ号是多少？

Bạn gửi cho mình vài tấm hình đi.

你给我发几张照片吧！

Làm thế nào để download ảnh trên mạng vào vi tính?

怎样将网上的照片下载到电脑上？

Xin hỏi ở đâu có quán internet ?

请问哪儿有网吧？

Xin hỏi chỗ bạn có WiFi hay không? (Sử dụng trong hotel, quán cà-phê, khách sạn)

请问贵处有WiFi吗？（在饭店、咖啡馆、旅馆用）

Sử dụng WiFi được miễn phí chứ?

WiFi是免费的吗？

Nửa tiếng / Một tiếng đồng hồ mất bao nhiêu tiền?

半小时／一小时多少钱？

Xin lỗi, xin kiểm tra lại xem tại sao truy mạng internet lại chậm đến thế?

对不起，请检查一下为什么网速这么慢。

Trả lời

回 答

Trạm mạng cửa ngõ của Việt Nam là Google.

越南最大的门户网站是谷歌。

Baidu là trạm mạng cửa ngõ nổi tiếng nhất tại Trung Quốc.

百度是中国最著名的门户网站。

Hàng ngày tôi đều truy mạng.

我每天都上网。

Tôi tìm kiếm dữ liệu trên mạng internet.

我在网上查找资料。

Tôi và các bạn thường hay trò chuyện qua QQ.

我和朋友经常用QQ聊天。

Mạng internet của bạn không kết nối được.

您的互联网无法接通。

Tôi thường email cho các bạn của mình.

我常给朋友发电子邮件。

Bạn trên mạng của tôi rải khắp toàn cầu.

我的网友遍布全球。

Xin anh cho biết email / địa chỉ trang web cá nhân.

请您把您的电子邮件地址 / 个人网页网址给我。

Tôi có trang web riêng của mình.

我有个人网页。

Tôi đã mở blog.

我开了博客。

Số wechat của tôi là 062350.

我的微信号是062350。

Đối diện nhà bưu điện có một quán internet.

邮局对面有一家网吧。

Nhà hàng chúng tôi hiện còn chưa có WiFi.

我们酒店目前还没有WiFi。

Khách sạn chúng tôi thu phí đối với dịch vụ WiFi.

我们酒店的WiFi是收费的。

Trong thời gian nghỉ trọ, khách có thể tự do sử dụng WiFi miễn phí truy mạng.

住宿期间，房客可以使用WiFi免费上网。

Mật khẩu WiFi là 50575020.

WiFi密码是50575020。

Muốn tìm hiểu thêm thì bạn có thể truy cập trang web của chúng tôi.

要想了解更多的情况，您可以查询我们的网站。

Trang web này có thể tìm kiếm theo chuyên đề vào bất cứ lúc nào.

这个网站随时可以按专题查阅。

Bảng biểu có thể download từ trạm mạng chúng tôi bằng PDF.

可以从我们的网站下载PDF格式的表格。

File này có thể gửi bằng file đính kèm trong email với phương thức Word.

这个文件用Word文档以附件发送。

Có người đã đánh cắp mật khẩu và thâm nhập vào trang web của tôi.

有人偷了我的密码，侵入我的网站。

Trạm mạng này đã bị tin tặc tấn công.

这个网站受到黑客的攻击。

Từ ngữ bổ sung

tên đăng nhập 用户名 tên miền Trung văn 中文域名

nghiện mạng 网瘾 cài mật khẩu 加密 khe cắm 槽口，外插口

bàn phím ảo 虚拟键盘 truy tìm 人肉搜索 cuộc gọi video 视频通话

nhóm chát 网聊群 họp trực tuyến 视频会议

bộ xử lý trung tâm 中央处理器 tải lên up 上传 phiên bản 版本

mạng xã hội, mạng xã hội ảo 社交网站

trang web 主页 phương thức nhập 输入法

lướt những trang web 浏览网页 nhân viên quản lý trình tự 程序员

camera 摄像头 bật lại / mở lại 重启 nefresh 刷新

màn hình nền 桌面 thanh công cụ 工具栏 ổ đĩa 光驱 cắt 剪切

dán 粘贴 xóa 删除 mở tệp mới 新建 biểu mẫu 格式

Sản phẩm kỹ thuật số

数码产品

Từ then chốt và mẫu câu
常用词语和句型

kết nối mạng internet	连接网络
gửi tin nhắn	发短信
mở wechat	开通微信
…tương tự như…	……和……一样
không hài lòng đối với …	对……不满意
… nếu không thì …	……否则……
Ở đâu in được ảnh kỹ thuật số ?	在哪儿冲印数码照片?

Máy ảnh số và camera số
数码照相和摄像

Máy ảnh số có gì khác so với máy ảnh chụp bằng phim ?

数码照相机和胶卷照相机有哪些不同?

Chiếc máy ảnh số / Camera số này có độ nét bao nhiêu pixels ?

这台数码相机/数码摄像机有多少像素?

Tôi muốn mua chiếc máy ảnh 8 triệu pixels.

我想买一部800万像素的照相机。

Có những thẻ nhớ nào tương thích với máy ảnh của tôi nhỉ?

有哪些内存卡与我的相机兼容呢?

Thẻ nhớ này có thể lưu được bao nhiêu tấm ảnh?

这个内存卡能够储存多少张照片?

Ở đâu có thể mua được card đọc thẻ nhớ?

在哪里可以买到读卡器?

Làm thế nào để chuyển hình từ máy ảnh kỹ thuật số vào máy vi tính?

怎样将照相机上的照片拷到电脑上?

Ở đâu có bán loại pin Li thích hợp cho máy ảnh của tôi?

哪儿可以买到适合我的照相机的锂电池?

Loại pin Li có thể sạc điện được không?

锂电池可以充电吗?

So với máy ảnh thông thường, loại máy ảnh SLR có những ưu điểm gì?

与普通照相机相比,单反(单镜头反光)数码照相机有哪些优点?

Ở đâu in được ảnh kỹ thuật số?

在哪儿冲印数码照片?

Ở đâu có bán máy và giấy in ảnh?

在哪儿可以买到打印机和印相纸呢?

Trả lời

Máy ảnh số cũng tương tự như máy ảnh chụp bằng phim về nguyên lý vận hành.

数码照相机的基本工作原理与胶卷照相机是一样的。

Máy ảnh truyền thống lưu trữ hình ảnh trong phim, còn máy ảnh số thì lưu trữ trong bộ nhớ.

传统相机将所拍的照片留存在胶卷上,而数码相机则是把相片保存在内存卡中。

Nếu như không hài lòng với ảnh chụp kỹ thuật số thì có thể bỏ luôn .

如果对数码相片不满意，可以删除。

Có nhiều cách thức để copy ảnh chụp từ máy ảnh vào vi tính.

把相机里的照片拷到电脑上有多种方法。

Nếu máy in của bạn có chức năng in ảnh thì bạn có thể tự in lấy ảnh chụp ngay tại nhà, tuy nhiên bạn phải sử dụng giấy in ảnh chuyên dụng.

如果您的打印机有印照片的功能，您可以在家里自己印照片，但只能使用相纸。

Nếu có bộ CD-R thì có thể lưu ảnh chụp để bảo tồn lâu dài.

只要有刻录机，就可以刻录照片，把照片永久保存起来。

Loại máy 8 triệu pixels đã hết hàng.

800万像素的照相机已卖完了。

Mã hiệu hàng này đã bán hết.

这种型号已售罄。

Tôi đề nghị bạn nên mua loại máy ảnh trên 8 triệu pixels.

我建议您买800万像素以上的照相机。

Máy ảnh 8 triệu pixels đã thỏa mãn nhu cầu chụp ảnh thông thường.

拍生活照800万像素的相机就足够了。

Ảnh chụp qua máy SLR hơn hẳn về chất lượng so với loại máy ảnh số thông thường.

单反照相机拍出的照片比普通数码照相机质量更胜一筹。

Camera cỡ nhỏ là loại sản phẩm điện tử di động vừa có thể quay hình lại có thể ghi âm.

小型数码摄像机是一种便携式电子产品，既可以摄像，又可以录音。

Điện thoại thông minh
✿ 智能手机 ✿

Tôi muốn mua chiếc điện thoại thông minh, bạn có thể cho tư vấn gì không?

我想购买一部智能手机，可以给我一些建议吗？

Điện thoại thông minh có những chức năng gì?

智能手机有哪些功能？

Máy di động của bạn sử dụng hệ thống phần mềm gì?

你的手机用什么系统的软件？

Máy di động có thể lưu trữ file hay không?

手机可以存储文件吗？

Dùng máy di động để truy mạng internet cần chú ý những gì?

手机上网需要注意什么？

Sử dụng wechat như thế nào?

怎样使用微信？

Các bạn Việt Nam có thích sử dụng wechat hay không?

越南朋友喜欢玩微信吗？

Trả lời

Tôi đề nghị bạn mua chiếc máy di động 4G.

我建议你买一部4G手机。

Các bạn gái rất ưa kiểu máy này.

这个型号很受女性欢迎。

Kiểu máy này vừa được đưa vào thị trường, còn có các màu trắng, gam màu sắc bạc và màu hoàng kim.

这款手机刚上市，有白色、银色和金色的。

Điện thoại thông minh mang nhiều chức năng, chủ yếu là gọi điện thoại, nhắn tin, tương tác qua wechat, truy cập mạng internet, chụp ảnh, ghi hình và ghi âm v.v.

智能手机的功能可多了，主要有打电话、发短信、微信互动、上网、照相、录像、录音等。

Điện thoại thông minh thực ra là chiếc vi tính mini.

智能手机就是一部小型电脑。

Máy di động của tôi sử dụng hệ thống Android / iOS.

我的手机用的是安卓/苹果系统。

Có nhiều cách để tiết kiệm điện, thí dụ bạn có thể bấm nhẹ vào nút điện là có thể ngắt nguồn điện của máy.

省电有多种方法，如轻按电源键，就可以关闭屏幕。

Chấm vào đồ án nhắn tin, soạn tin nhắn, rồi chấm lên ô "send" (gửi đi), là có thể thực hiện nhắn tin.

打开短信图标，编写好短信，点击"发送"，就可以发出短信了。

Muốn truy mạng bằng máy di động thì chấm vào WLAN hoặc dữ liệu di động, kết nối mạng internet, rồi tìm kiếm qua trang web cần thiết.

手机上网要点击WLAN或移动数据，连接网络，再查找和点击网站。

Khi kết thúc truy mạng thì cần phải ấn vào WLAN hoặc dữ liệu di động, đợi cho tắt hẳn, bộ dữ liệu mới được ngắt đi, và sẽ tránh lãng phí lưu lượng truy mạng internet.

用手机上网结束后，要点击WLAN或移动数据按钮让其熄灭，关闭数据，以免浪费流量。

Truy cập mạng, tải ứng dụng wechat, hoàn thành cài đặt, nhập số máy di động là có thể bắt đầu sử dụng wechat.

下载微信客户端，安装完成，然后用手机号码注册，就可以开始使用微信了。

Qua wechat bạn có thể lập nhóm chát thực hiện trao đổi giao lưu với nhiều người, cũng có thể gửi file âm thanh, ảnh, video v.v...

有了微信，就可以创建聊天群进行群聊了，还可以发送语音、照片、视频等。

Từ ngữ bổ sung

quan tâm theo dõi 关注   friend circle 朋友圈   sổ địa chỉ 通讯录

lưu trữ 收藏   truyền phát 转发   biểu thức 表情   thích 点赞

gỡ thêm bạn thân 添加好友   chế độ máy bay 飞行模式

thẻ điện thoại 电话卡   thẻ nạp tiền 充值卡

thư điện tử 电子书   pin di động 移动电源   mi-cro 麦克风

máy tính bảng 平板电脑   thời gian dự phòng 待机时间

thời gian cuộc gọi 通话时间

Dịch vụ luật pháp

法律事务

Từ then chốt và mẫu câu
常用词语和句型

khởi tố ai đó	起诉某人	rút đơn kiện	撤诉
tự biện hộ	自我辩护	mời luật sư	请律师
gửi đơn gọi ra tòa	发出传票	làm công chứng	办理公证
ký / chấm dứt hợp đồng lao động	签订 / 终止劳动合同		
hủy / duy trì phán quyết	撤消 / 维持原判		
xin được trọng tài	提出仲裁申请		
có hiệu lực về mặt chấp hành	具有执行效力		
đệ đơn xin tòa án cho ra lệnh chấp hành	向法院申请执行令		
làm thủ tục công chứng	办理公证书		
có hiệu lực về mặt minh chứng	具有证明效力		
…có điều là…	……只是……		

Hợp đồng lao động bao gồm những nội dung gì ?

一份劳动合同主要包含哪些内容?

Ký hợp đồng lao động
签订劳动合同

Người xin việc

受 雇 者

Tôi vừa được tuyển vào làm việc. Liệu có cần ký hợp đồng lao động với chủ thuê hay không ?

我刚获聘。我是否要和雇主签订劳动合同？

Hợp đồng lao động bao gồm những loại nào ?

劳动合同有哪些不同的类型？

Hợp đồng lao động bao gồm những nội dung gì ?

一份劳动合同主要包含哪些内容？

Trước khi ký hợp đồng lao động cần chú ý những điều gì ?

签订劳动合同前应注意哪些事项？

Có thể sửa đổi hợp đồng lao động hay không ?

劳动合同可否修改？

Làm thế nào mới chấm dứt được hợp đồng lao động ?

怎样终止劳动合同？

Trường hợp xảy ra tranh chấp thì nên tìm đến cơ quan nào để giải quyết ?

如果发生纠纷，应该到什么部门调解？

Làm thế nào để hòa giải sự tranh chấp giữa chủ thuê và người lao động ?

怎样解决雇主和雇员之间的纠纷？

Luật sư

律 师

Khi được tuyển vào làm việc, anh nên ký với chủ thuê một hợp đồng lao động.

当您被雇用时，您应该与雇主签订劳动合同。

Thể theo luật pháp , có mấy loại hợp đồng lao động khác nhau như hợp đồng lao động xác định thời hạn, hợp đồng lao động không xác định thời hạn, hợp đồng lao động tạm thời v.v...

根据法律，有好几种劳动合同，即定期合同、不定期合同、临时合同等。

Hợp đồng lao động bao gồm nội dung về 4 mặt: Thời hạn thử việc; thời gian làm việc và nghỉ ngơi; địa điểm công tác và điều khoản về mặt thay đổi; mức lương thấp nhất.

劳动合同主要包含四个方面的内容：试用期、工作时间和休息时间、工作地点和变动条款、最低工资。

Trước khi ký hợp đồng lao động thì cần phải đọc kỹ văn bản, bởi vì một khi đã ký thì hợp đồng rất khó có thể sửa lại.

签订劳动合同之前要仔细阅读，因为合同一旦签署，就很难修改了。

Trong hợp đồng lao động cần có điều khoản về điều kiện chấm dứt hợp đồng.

劳动合同必须约定取消合同的条件。

Trường hợp xảy ra tranh chấp mà không hòa giải được, bạn có thể xin với cơ quan hữu quan trọng tài về lao động.

若发生纠纷，又无法调解，您可以到有关部门申请劳动仲裁。

Bạn cần cùng với chủ thuê tham gia vào cuộc họp hòa giải, mà bạn cần phải đích thân có mặt tại phiên họp.

您要和雇主一起出席调解会，您必须亲自到场。

Nếu bạn không chấp nhận trọng tài thì có thể đâm đơn kiện ra tòa.

如果您不服裁决，可以向法院起诉。

Tố tụng dân sự
民事诉讼

Trường hợp cần phải ra tòa thì cần phải chuẩn bị như thế nào nhỉ?

如果打官司，应该如何准备诉讼呢？

Quyền sở hữu tác phẩm của tôi bị xâm phạm, tôi muốn khởi tố người xâm phạm quyền lợi của mình.

我的著作权受到侵犯，我想起诉侵权者。

Chủ thuê không tuân thủ một số điều khoản trong hợp đồng lao động, tôi phải làm thế nào để kiện ông ta nhỉ?

我的雇主不遵守劳动合同的某些条款，我该怎样起诉他？

Anh có thể giúp tôi viết lá đơn kiện ra tòa được không?

您能帮助我向法院写诉状吗？

Vụ việc của tôi sẽ do tòa án nào thẩm lý?

我的案件由哪个法院审理？

Ra tòa có cần mời luật sư hay không?

诉讼需要请律师吗？

Khởi tố có mất tiền hay không?

起诉要钱吗？

Phí tổn tố tụng và tiền cho luật sư do ai trang trải?

诉讼费和律师费由谁支付？

Tố tụng dân sự có những bước đi nào?

民事诉讼有哪些步骤？

Làm thế nào để tiến hành tố tụng?

诉讼是如何进行的？

Nếu không chấp nhận phán quyết thì có thể khiếu nại được không ? Khiếu nại như thế nào ?

如果不服判决，可以上诉吗？如何上诉？

Trả lời

Mục đích của tố tụng dân sự là giải quyết những tranh chấp giữa hai bên.

民事诉讼的目的是解决双方之间的争端。

Thông thường thì tòa án sẽ tìm hiểu những yêu sách của hai bên, thẩm lý vụ án, lắng nghe lời biện hộ, sau đó cho ra phán quyết.

通常法院要了解双方的诉求，然后审理案件，聆听辩护，再作出判决。

Trên tòa án anh có quyền tự biện hộ cho mình mà không cần mời luật sư.

您有权在法庭上自己为自己辩护而不请律师。

Mời luật sư là sự lựa chọn sáng suốt, vì muốn tự biện hộ cho mình ở trên tòa là điều rất không dễ dàng.

请律师代理是明智的，因为在法庭上自己辩护很不容易。

Anh không nhất thiết phải mời luật sư, có điều là tự xử lý lấy việc tố tụng là điều rất khó khăn.

您不一定要请律师，只是自己处理诉讼很难。

Tôi thấy rằng thông qua người đại lý, cụ thể mà nói là thông qua luật sư để tiến hành tố tụng là điều khả thi.

我觉得通过代理人，具体说通过律师进行诉讼是可行的。

Luật sư biện hộ cho người ủy thác của mình.

律师为他的委托人辩护。

Bất cứ sự khởi tố nào đều là miễn phí, tuy nhiên, khi đã bước vào tố tụng thì cần có phí tổn.

任何起诉都是免费的，但是，诉讼是收费的。

Tòa án đã thụ lý vụ án.

法院已经受理案件。

Tòa án đã gửi đơn gọi ra tòa cho bị cáo.

法院向被告发出了传票。

Người kiện đã rút đơn kiện.

原告撤诉了。

Trường hợp không chấp nhận phán quyết nhất thẩm, anh có thể nêu ra khiếu nại.

如果不服一审判决，您可以提出上诉。

Tòa án chung thẩm hủy / duy trì phán quyết.

终审法庭撤消 / 维持原判。

Đây là phán quyết chung thẩm.

这是终审判决。

Bị cáo chấp nhận phán quyết của tòa án, không nêu ra chống án nữa.

被告服从法院的判决，不再提出上诉。

Trọng tài
仲裁

Trường hợp nào có thể thông qua trọng tài để giải quyết vấn đề ?

什么情况可以通过仲裁解决问题呢？

Làm thế nào để xin được trọng tài ?

如何提出仲裁申请？

Ai sẽ thụ lý đơn xin trọng tài ?

谁受理仲裁申请？

Người bị đâm đơn sẽ phải trả lời trong thời gian bao lâu ?

被申请人应该在多长时间内应诉？

Hai bên tranh chấp có cần mời luật sư hay không ?

发生纠纷的双方要请律师吗?

Trọng tài được thực hiện ở đâu ?

仲裁在何地进行?

Bản trọng tài có hiệu lực về mặt chấp hành hay không ?

仲裁书具有执行效力吗?

Nếu bên thua cự tuyệt chấp hành bản trọng tài thì cần phải làm thế nào ?

如果败诉方拒绝执行仲裁书，那么该怎么办呢?

Trả lời

Bất kể doanh nghiệp hay cá nhân nào khi xảy ra tranh chấp đều có thể xin trọng tài.

任何企业或个人遇到纠纷时，都可以申请仲裁。

Trọng tài là cách thức đơn giản tiện lợi, có thể giải quyết tranh chấp mà không cần qua tòa án.

仲裁是一种简便的办法，可以不通过法院解决纠纷。

Bất cứ bên nào muốn thông qua trọng tài để giải quyết tranh chấp thì nên nêu đơn xin với Ủy ban trọng tài.

任何一方希望通过仲裁解决纠纷，应向仲裁委员会提出仲裁申请。

Sau khi Ủy ban trọng tài thụ lý vụ việc, bên nhận trọng tài sẽ phải chuẩn bị tiếp nhận trọng tài nội trong thời gian 1 tháng.

仲裁委员会受理申请后，被申请人应在一个月的期限内应诉。

Hai bên đương sự không cần mời luật sư tham gia quá trình trọng tài. Mỗi bên đều có thể tự hành hoặc chỉ định đại diện của mình tham gia trọng tài.

当事双方无须聘请律师参加仲裁。每一方都可以自己到庭或由他指定的人代表出庭。

Trọng tài được tiến hành tại nơi sở tại của bản hợp đồng lao động và đơn vị nhận tuyển lao động.

仲裁在劳动合同所在地和用人单位所在地进行。

Quyết định của người trọng tài được gọi là "Bản quyết định", được cho ra thể theo ý kiến của đại đa số trọng tài viên.

仲裁员的决定叫作"裁定书"，是根据多数仲裁员的意见作出的。

Trường hợp bên thua từ chối chấp hành bản quyết định trọng tài thì một bên khác có thể đệ đơn xin tòa án cho ra lệnh chấp hành.

如果败诉方拒绝执行裁决，另一方应向法院申请执行令。

Làm công chứng
办理公证

Trường hợp nào thì cần phải làm thủ tục công chứng?

在什么情况下要找公证人出具公证书？

Những văn kiện này có cần qua công chứng hay không?

这些文件需要经过公证吗？

Đi du học nước ngoài thì những văn bản dữ liệu gì cần qua công chứng?

去国外留学有哪些文件需要公证？

Làm công chứng ở đâu?

在哪儿办理公证？

Làm công chứng có thu phí hay không?

办理公证收费吗？

Trả lời

回答

Nhân viên công chứng mang tư cách chính thức, văn kiện chứng minh qua công chứng càng thêm chân thực và đáng tin cậy.

公证人具有正式身份，所出具的证明文件具有更可靠的真实性。

Văn bản qua công chứng được gọi là văn kiện mang tính chân thực, có hiệu lực về mặt minh chứng.

经过公证的公证书被称为真实的文件，具有证明的效力。

Đi du học nước ngoài, thông thường thì giấy khai sinh, bằng cấp lý lịch, đơn thành tích học tập đều phải qua công chứng.

到国外留学，一般来说，出生证明、学历证明、成绩单，都需要公证。

Công chứng cần phải thu phí.

办理公证是收费的。

Về quyền hạn thì đại sứ quán hay lãnh sự quán có thể cấp giấy công chứng cho những công dân thường trú hay tạm trú tại khu vực mà mình có quyền quản lý lãnh sự.

驻外大使馆或领事馆可以为其领区常住或经停的公民开出公证书。

Từ ngữ bổ sung

luật lệ 法规　Luật dân sự 民事法　Luật đầu tư 投资法

bản quyền 版权　Luật thương mại 贸易法　công ước 公约

lập hồ sơ 立案　thắng kiện 胜诉　Luật tố tụng hình sự 刑事诉讼法

thông lệ quốc tế 国际惯例　chịu trách nhiệm 负责任，承担责任

Xin việc

求 职

Từ then chốt và mẫu câu
常用词语和句型

phù hợp điều kiện 符合条件   tự học nên 自学成才

tuyển dụng ai đó 招聘某人   thôi việc ai đó 辞退某人

thích hợp làm việc gì đó   适合做某一工作

được đề bạt làm   被提拔为

… có hứng thú đối với …   ……对……感兴趣

…học về chuyên ngành…   ……是学……专业的

…có kinh nghiệm về…   ……有……方面的经验

nộp dữ liệu xin việc / bản lý lịch cá nhân

递交应聘材料/个人履历

Tôi cần làm gì để xin cương vị công tác này?

我想应聘这个岗位该怎么做?

 Người xin việc

求 职 者

Tôi có hứng thú đối với cương vị công tác của các ngài.

我对你们招聘的岗位感兴趣。

Xin hỏi cần điều kiện gì để nhận cương vị công tác này?

请问这个岗位需要什么条件?

224

Tôi cần làm gì để xin cương vị công tác này?

我想应聘这个岗位该怎么做？

Tôi đến ghi tên xin công việc.

我来报名应聘。

Tôi đến nộp dữ liệu xin việc / bản lý lịch cá nhân.

我来递交求职材料 / 个人履历。

Tôi là sinh viên, các ông có công việc làm kiêm / cả ngày thích hợp với tôi không?

我是学生，贵公司有适合我的兼职/全职工作吗？

Tôi có giấy phép công tác.

我有就业许可证。

Bao giờ thì quý công ty có thể cho ra phúc đáp đối với tôi?

贵公司什么时候给我答复？

Xin hỏi bao giờ thì tôi có thể tham gia thi vấn đáp?

请问我什么时候可以面试？

Lương và đãi ngộ của quý công ty ra sao?

贵公司的工资及待遇如何？

Tôi từng qua giáo dục chính quy chuyên ngành luật thương mại.

我受过商法的正规教育/我是商法科班出身。

Tôi học về chuyên ngành kinh tế / quản lý / tin học.

我是学经济 / 管理 / 信息的。

Tôi có bằng thạc sĩ / tiến sĩ chuyên ngành luật / sinh hóa / công nghệ mạng internet.

我有法律 / 生物化学 / 网络技术的硕士 / 博士文凭。

Tôi đã từng học 2 năm hàm thụ.

我读过两年函授。

Tôi tự học mà nên.

我是自学成才的。

Tôi vừa học vừa làm qua công tác.

我是在工作中边干边学的。

Tôi từng có cương vị công việc của mình.

我有过一份工作。

Tôi từng là giám đốc của dự án.

我曾当过项目经理。

Một năm trước tôi được đề bạt làm tổng kỹ sư.

一年前我被提拔为总工程师。

Tôi đã từ chức.

我辞职了。

Sau khi rời cương vị tôi đi tiến tu ở nước ngoài.

我离职后到国外进修了。

Tôi có bằng lái xe.

我有驾驶执照。

Cương vị công việc này xem ra rất phù hợp với chuyên ngành của tôi.

这个工作对我来说是专业对口。

Cương vị này rất phù hợp với tôi.

这个岗位挺适合我的。

Tôi rất có kinh nghiệm về công tác kế toán.

我有会计工作经验。

Tôi nói được tiếng Anh, nghe hiểu tiếng Hán.

我会说英语，听得懂汉语。

Bắt đầu từ bây giờ / từ tháng 5 tôi đã là một người tự do.

我从现在起 / 从5月起就是自由人了。

Tôi rất mong giành được cương vị công việc này.

我非常希望谋得这一职位。

Người phụ trách ban tài nguyên nhân lực

人 力 资 源 部 负 责 人

Mời bạn giới thiệu vắn tắt về bản thân mình.

请你做个简单的自我介绍。

Bạn đã tìm hiểu về điều kiện nhận cương vị công việc này chưa?

你了解这一岗位的招聘条件了吗?

Chúng tôi muốn tuyển một nhân viên kỹ thuật vi tính tầm tuổi dưới 30.

我们招聘一名三十岁以下的电脑技术员。

Công ty muốn tuyển một người phụ trách dự án công nghiệp, yêu cầu là quốc tịch Trung Quốc, địa điểm công tác là Băng Cốc.

公司拟招聘一名工业项目负责人,要求中国籍,工作地点在曼谷。

Hãy cung cấp bản lý lịch chi tiết cùng các tài liệu chứng minh hữu quan.

请给我们提供详细履历及有关证明材料。

Anh cần gửi tài liệu / bản lý lịch / đơn xin việc cho ông Lí Vĩ theo địa chỉ sau đây.

您要把材料 / 履历 / 求职信按以下地址寄给李伟先生。

Xin anh cho biết họ tên và địa chỉ của mình.

请告知您的姓名和地址。

Rất tiếc, cương vị này đã có người nhận tuyển.

很遗憾,这个岗位已经有了人选。

Chúng tôi báo với anh một việc đáng tiếc, tư cách xin việc của anh chưa phù hợp với yêu cầu của công ty.

我们很遗憾地通知您,您的应聘资格不符合公司的要求。

Đã nhận được đơn xin việc của anh, chúng tôi sẽ nhanh chóng sắp xếp cho anh thi vấn đáp.

我们已收到您的求职申请,很快会安排您面试。

Anh đã thông qua sơ tuyển.

您已经通过了初选。

Anh còn phải qua khâu vấn đáp của Tổng giám đốc bên chúng tôi.

您还要通过我们老总的面试。

Anh có thể đến thi vấn đáp vào hồi 10 giờ sáng mai hay không?

您能在明天10点来面试吗?

Qua cuộc thi vấn đáp, chúng tôi có ý định tuyển dụng anh, thời gian tuyển dụng thử là 2 tháng.

经过面试，我们拟聘用您，试用期为两个月。

Lương khởi điểm sẽ được xác định theo kinh nghiệm và khả năng công việc.

起点工资按工作经验与能力支付。

Lương bao gồm khoản lương cố định và tiền thưởng.

工资包括固定工资、奖金。

Mức lương tháng 3500 đồng, thêm vào đó là khoản tiền thưởng cuối năm bằng mức 1 tháng lương.

月工资3500元，年终奖相当于一个月的工资。

Anh đã chấp nhận những phương thức giáo dục gì?

您受过什么教育?

Anh theo học chuyên ngành gì?

您是学什么专业的?

Trình độ văn hóa của anh ra sao?

你的文化程度如何?

Anh tốt nghiệp ở trường nào?

您是什么学校毕业的?

Anh nhận được bằng tốt nghiệp loại nào?

您获得什么文凭?

Anh đã qua sát hạch tiếng Anh bậc 6 hay chưa?

您过了英语六级吗?

Anh nói được ngoại ngữ hay không?

您会说外语吗?

Đây là lần tựu nghiệp đầu tiên của anh phải không?

这是您初次就业吗?

Anh đã có những kinh nghiệm công việc gì?

您有些什么工作经验?

Hiện nay anh đang làm công tác gì?

您目前从事什么工作?

Tại sao anh lại phải thay đổi công việc?

您为什么要换工作?

Tại sao anh lại thích cương vị công việc này?

您为什么对这个岗位感兴趣?

Anh cho rằng với cương vị công việc này thì cần người có tố chất như thế nào?

您认为这个工作岗位应具备什么样的素质?

Anh có bằng lái xe hay không?

您有驾驶执照吗?

Anh mong rằng mức lương của mình là bao nhiêu?

您希望能拿到多少工资?

Điều kiện của anh đã hoàn toàn phù hợp với yêu cầu của cương vị công việc này.

您的条件非常符合这个岗位的要求。

Bao giờ thì anh có thể bước vào cương vị công việc của mình?

您什么时候可以上班?

Điều kiện của anh không phù hợp yêu cầu của cương vị công việc này.

您的条件不适合这一岗位。

Từ ngữ bổ sung

ứng xử 应变，处置   đơn vị làm việc 工作单位   nghiệp vụ 业务

nhanh nhẹn 灵活，轻快   khả năng tổ chức 组织能力

năng khiếu, sở trường 擅长，所能   khả năng công việc 工作能力

hòa đồng với mọi người 与他人和谐相处   nhân viên 职员

tư cách ngành nghề 职业资格   tình trạng hôn nhân 婚姻状况

ban nhân sự 人事部   lương gốc 底薪   trích phần trăm 提成

phúc lợi 福利   lương theo lao động 绩效工资   trợ cấp 补贴

thù lao làm thêm giờ 加班费   thôi việc 解雇

kỳ nghỉ mang lương 带薪假期

Du lịch

 旅 游

Từ then chốt và mẫu câu
常用词语和句型

đáng đi một chuyến   值得一游

... rất lấy làm ...   ……感到很……

... để lại ấn tượng ... cho ...   ……给……留下了……的印象

Chúng tôi đã lên chương trình du lịch rồi.

我们已经有旅游计划了。

Có tuyến du lịch nào có giá chiết khấu hay không?

有哪条旅游线路可以打折吗?

Du lịch Trung Quốc
游览中国

Du khách

Tôi định đi Trung Quốc du lịch.

我想去中国旅游。

Tôi muốn đi tàu liên vận quốc tế lên Bắc Kinh.

我打算乘坐国际联运列车上北京。

Được đến Trung Quốc du lịch rất lấy làm vui mừng.

能到中国旅游我感到很高兴。

Chúng tôi đã lên chương trình du lịch rồi.

我们已经有旅游计划了。

Chúng tôi đã được đi tham quan Trường Thành, Thập Tam Lăng, Cố Cung, Di Hòa Viên.

我们已经参观了长城、十三陵、故宫和颐和园。

Nếu muốn mua sắm thì có thể đi phố Vương Phủ Tỉnh, đó là khu buôn bán sầm uất nhất tại Bắc Kinh.

如果要购物可以到王府井大街，那是北京最繁华的商业区。

Hôm qua tôi đã du lịch ở Bắc Kinh cả một ngày rồi.

昨天我已经在北京游览了一天。

Chuyến du lịch Trung Quốc lần này đã để lại những ấn tượng tốt đẹp cho tôi.

这次到中国旅游给我留下了美好的印象。

Tôi muốn đi thăm các thành phố khác nữa.

我还想去参观其他城市。

Tôi thích đi tham quan những thắng cảnh tự nhiên.

我喜欢参观一些自然景观。

Còn có tuyến du lịch nào hấp dẫn nữa không?

还有哪条旅游线路值得去的吗？

Có tuyến du lịch nào có giá chiết khấu hay không?

有哪条旅游线路可以打折吗？

Nghe nói phong cảnh Quế Lâm đẹp nhất thiên hạ, tôi rất muốn đi du lịch Quế Lâm một chuyến.

听说桂林的风景是世界上最美的，我很想到桂林旅游一趟。

Tôi muốn mua một ít đặc sản của Bắc Kinh / Quế Lâm về làm quà biếu bạn bè, họ hàng.

我想买一些北京 / 桂林的特产作为礼物送给亲戚朋友。

Hôm nay chúng tôi đã vui chơi rất thỏa thích.

今天我们玩得真开心。

Hướng dẫn viên du lịch

导 游

Trung Quốc là một quốc gia có lịch sử lâu đời, có nhiều danh lam thắng cảnh.

中国是一个有着悠久历史的国家，有很多名胜古迹。

Ở Bắc Kinh, Thượng Hải, Hàng Châu có nhiều danh lam nổi tiếng.

北京、上海、杭州有许多著名旅游景点。

Thành phố Bắc Kinh là thủ đô nước Cộng hòa Nhân dân Trung Hoa, là trung tâm chính trị văn hóa của cả nước.

北京是中华人民共和国的首都，是全国的政治文化中心。

Ở phía nam Đài Tưởng niệm Anh hùng Nhân dân là Nhà kỷ niệm Mao Chủ tịch, đó là một kiến trúc hùng vĩ.

人民英雄纪念碑的南面是毛主席纪念堂，那是一座雄伟的建筑。

Đến Đồng Nhân Đường có thể miễn phí khám bệnh và mua thuốc Đông y đặc hiệu, còn có thể thưởng thức vị trà Ô Long, Bạch trà, chè Phổ Nhĩ.

到同仁堂可以免费看病和购买特效中药，还可以品尝乌龙、白毫、普洱等名茶。

Còn có thể học được kỹ thuật pha trà thơm ngon của người Trung Quốc.

还可以学到中国人精湛的沏茶手艺。

Nếu muốn thưởng thức món vịt quay Bắc Kinh chính cống thì nên đến nhà hàng nổi tiếng Toàn Tụ Đức.

如果想品尝正宗的北京烤鸭，应该到久负盛名的全聚德饭店。

Vân Nam nổi tiếng bởi sản phẩm hoa tươi.

云南以盛产鲜花著称。

Hàng Châu có nhiều hàng tơ lụa nổi tiếng thế giới.

杭州有许多闻名世界的丝绸产品。

Thượng Hải là thành phố công nghiệp hiện đại, nhiều hãng nước ngoài đã đặt văn phòng ở đó.

上海是现代工业城市，很多外国公司都在那里设立办事处。

Tôi chụp pô ảnh cho anh nhé!

我给你照张相吧！

Chúng tôi có rất nhiều tuyến du lịch.

我们有很多旅游线路。

Một đoàn nếu 10 người trở lên thì được chiết khấu 10%.

10人以上的团可以享受10%的折扣。

Du lịch Việt Nam
到越南旅游

Ông đã đến Hà Nội lần nào chưa?

您到过河内吗？

Chúng ta đi Việt Nam du lịch một chuyến nhé.

我们到越南旅游一次吧。

Nếu muốn đi du lịch Việt Nam, anh có thể đi theo đoàn của công ty du lịch.

如果想到越南旅游，你可以跟旅游公司的旅游团一起去。

Ở Việt Nam có nhiều bãi biển rất đẹp, ví dụ như Đồ Sơn, Sầm Sơn, vịnh Hạ Long, Vũng Tàu, Nha Trang v.v.

越南有许多美丽的海滩，比如图山、岑山、下龙湾、头顿、芽庄等。

Vịnh Hạ Long là một thắng cảnh nổi tiếng thế giới.

下龙湾是世界著名的胜景之一。

Mọi người đều muốn được tham quan thắng cảnh này.

谁都想到那里看看。

Anh chụp hộ pô ảnh cho tôi được không?

你可以帮我照张相吗？

Tôi có thể cùng anh chụp pô ảnh chứ?

我可以和你照张相吗？

Việt Nam non xanh nước biếc, ở đâu cũng đẹp, nguồn tài nguyên du lịch phong phú.

越南山清水秀，无处不美，旅游资源丰富。

Kiến trúc cổ ở Việt Nam rất nhiều, Hà Nội có Văn Miếu, chùa Một Cột, Tháp Rùa, đền Ngọc Sơn và thành Cổ Loa, ở Phan Rang có tháp Chàm. Và đặc biệt là cố đô Huế thì lại càng đáng đi một chuyến.

越南的古代建筑很多，河内有文庙、独柱寺、龟塔、玉山寺和古螺城，潘郎有占婆塔，特别是古都顺化，更值得一游。

Huế có những di tích nổi tiếng như Hoàng Cung và lăng tẩm các vua đời nhà Nguyễn.

顺化有著名的古迹，如阮朝的皇宫和皇帝陵寝。

Đà Lạt, Sapa và Tam Đảo là những nơi nghỉ mát nổi tiếng vùng Đông Nam Á.

大叻、沙巴和三岛是东南亚的著名避暑胜地。

Nhất là thành phố Đà Lạt, không chỉ mát mẻ, mà còn có nhiều cảnh đẹp như thác nước, hồ nước v.v.

特别是大叻，不仅凉爽，而且有瀑布、湖泊等美景。

Tôi thấy Hà Nội rất đẹp, Hà Nội có quảng trường Ba Đình, lăng Hồ Chủ tịch, viện Bảo tàng Lịch sử, bảo tàng Cách mạng, hồ Tây, Trung tâm thành phố có hồ Gươm, cầu Thê Húc, tô điểm làm cho Hà Nội càng xinh đẹp và đượm nét cổ kính.

我觉得河内很美，有巴亭广场、胡主席陵墓、历史博物馆、革命博物馆、西湖，市中心还有还剑湖、栖旭桥，使河内显得更加美丽和古雅。

Cảnh quan thiên nhiên Việt Nam có một vẻ đẹp độc đáo, vì vậy mà đã trở thành điểm nóng du lịch quốc tế.

越南的自然景观有一种独特的美，所以才成为国际旅游热点。

Từ ngữ bổ sung

thủy tạ 水榭　chùa 寺　đền 庙　đình 亭　cung ngầm 地下宫殿

Biển Trí Tuệ 智慧海　cầu 17 nhip 十七孔桥　lễ đài 观礼台

lan can 栏杆　cung Mỹ thuật Trung Quốc 中国美术馆

hồi âm bích 回音壁　thành lũy 城堡　phong hỏa đài 烽火台

bảo tàng thiên nhiên 自然博物馆　Tử Cấm Thành 紫禁城

truyền thuyết 传说　lâu đời 悠久　phương tiện giao thông 交通工具

chợ Bến Thành 滨城市场　bến Nhà Rồng 龙屋码头

dinh Thống Nhất 统一宫　giá trọn gói 全包价

mùa đông khách / mùa vãn khách 旅游旺季/淡季　hành trình 行程

du lịch tự túc 自助游　bãi tắm biển 海滨浴场

cảnh quan nhân văn 人文景观　vé vào cửa 门票　sê-ri vé 套票

khách ba-lô 驴友

Thể dục thể thao

体　育

Từ then chốt và mẫu câu
常用词语和句型

rèn luyện sức khỏe	锻炼身体
đá bóng	踢足球
phá kỷ lục toàn quốc / thế giới	打破全国/世界纪录
cân sức ngang tài	势均力敌
ngày nào…cũng…	……每天都……
… giành được giải vô địch …	……赢得……的冠军

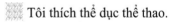 Tôi thích thể dục thể thao.

我喜欢体育运动。

Ngày nào tôi cũng đi tập.

我每天都锻炼身体。

Anh thích môn thể thao nào?

你喜欢哪项体育运动?

Tôi thường tập thể dục, tập chạy và tập bơi.

我经常锻炼身体，练习跑步和游泳。

Anh thi đấu môn nào?

你参加哪个项目的比赛?

Hôm nay tổ chức cuộc thi đấu gì?

今天举行什么项目的比赛？

Hôm qua có trận đấu bóng bàn giữa đội Trung Quốc và đội Hàn Quốc rất hấp dẫn.

昨天中国队和韩国队的乒乓球赛很精彩。

Tôi không đá bóng, nhưng thích xem thi đấu bóng đá.

我不会踢足球，但我喜欢看足球赛。

Tôi thích bơi lội, chơi cầu lông, cũng thích xem đấu bóng chuyền và bóng rổ.

我喜欢游泳、打羽毛球，也喜欢看排球和篮球赛。

Anh đoán xem tuyển thủ nào sẽ giành được giải vô địch bơi lội lần này?

你猜猜看，谁将夺得这次游泳比赛的冠军？

Sáng nay có các môn thi đấu điền kinh, như nhảy cao, nhảy xa, nhảy sào, đẩy tạ, ném đĩa bay, chạy dai sức 10.000 mét v.v.

今天早上有各项田径比赛：跳高、跳远、撑竿跳、推铅球、掷铁饼、10000米长跑等。

Tối nay có đấu chung kết bóng bàn, cầu thủ hai đội cân sức ngang tài, xem hay lắm. Anh có đi xem không?

今晚有乒乓球决赛，两队势均力敌，会很精彩的。你去看吗？

Kết quả là một đều / Tỷ số là 2 : 3 / 3 : 0.

比赛结果是一平 / 比分是2比3 / 3比0。

Có nhiều môn đã phá kỷ lục quốc gia / thế giới.

有很多项目打破了全国纪录 / 世界纪录。

Xem chừng trận đấu này rất gay go, thật khó mà đoán bên nào thắng bên nào thua.

估计这场比赛还很激烈，很难预测谁胜谁负。

Trận đấu hôm nay rất sôi nổi và căng thẳng và cũng rất hữu nghị.

今天的比赛十分激烈、紧张，但也很友好。

Đại hội Olimpic lần này đội Trung Quốc giành được bao nhiêu Huy chương vàng?

这届奥运会中国队得了多少块金牌？

Tôi đoán là đội Đức sẽ một lần nữa giành được giải trong Worldcup lần này.

我猜这届世界杯德国队将再次夺冠。

Trả lời

🔲 答

Tôi thích bóng đá / bóng bàn.

我喜欢足球 / 乒乓球。

Những môn thi hôm nay có nhảy cao / chạy tiếp sức 4×100 mét.

今天比赛的项目有跳高 / 4×100米接力赛。

Tối nay tôi sẽ đi xem cuộc thi / thi đấu.

我打算去看今晚的比赛。

Tôi đoán đội Séc sẽ đoạt giải vô địch / giải nhất.

我猜捷克队会夺得冠军。

Đội Trung Quốc giành tất cả 38 huy chương vàng tại Đại hội Olimpic lần này.

这届奥运会中国队总共摘得38枚金牌。

Từ ngữ bổ sung

补 充 词 汇

quần vợt 网球　cử tạ 举重　ném lao 掷标枪　đua xe đạp 自行车赛

đua ngựa 赛马　bắn cung 射箭　bắn súng 射击　nhảy dù 跳伞

nhảy cầu 跳水　vượt rào 跨栏　thể dục dụng cụ 体操

quyền Anh 拳击　đấu kiếm 击剑　đi bộ 竞走　vật 摔跤

judo 柔道　thể dục thể hình 健美　thể dục thẩm mỹ 健美操

trượt tuyết 滑雪　trượt băng 滑冰　wushu / võ thuật 武术

chạy đua ma-ra-tông 马拉松　bóng ném 手球　bóng gậy 棒球

gôn 高尔夫球　bi-a 台球　cầu mây 藤球　vợt / la-két 球拍

phạt 罚　tạm ngừng 暂停　giải nhì 亚军　tiền đạo 前锋

trung phong 中锋　trung vệ 中卫　hậu vệ 后卫

lỗi, phạm lỗi 犯规　trọng tài 裁判　huấn luyện viên 教练员

chạy vượt chướng ngại 障碍赛跑　thẻ đỏ 红牌　thẻ vàng 黄牌

Đại hội thể dục thể thao 体育运动会　Giải vô địch thế giới 世锦赛

Cup thế giới 世界杯　huy chương bạc 银牌　huy chương đồng 铜牌

liên tục 3 lần giành chức quán quân 三连冠　cúp 奖杯

vòng đấu loại, đấu vòng ngoài 预赛　đấu lại 复赛

thi chung kết 决赛　loại 淘汰

Vui chơi giải trí

娱 乐

Từ then chốt và mẫu câu

常用词语和句型

đánh bài / chơi tú-lơ-khơ	打扑克
chơi mạt chược	打麻将
nhầm chỗ ngồi	弄错座位号
… có biết … không?	……会……吗？
… được … ưa chuộng	……为……所喜爱

Anh thích nghe nhạc nhẹ hay nhạc giao hưởng?

你喜欢听轻音乐还是交响乐？

Tối nay câu lạc bộ có tổ chức vũ hội hay không?

今天晚上俱乐部有舞会吗？

Tôi vừa mới biết nhảy, mê lắm.

我刚学会跳舞，很着迷。

Chúng ta cùng đi nhảy disco cho vui nhé.

我们一起去跳迪斯科吧。

Ngoài giờ làm việc phải giải trí cho đỡ mệt.

工作之余要娱乐放松一下。

Tôi có 2 vé buổi hòa nhạc, anh có muốn đi cùng với tôi không?

我有两张音乐会的票，你想和我一起去看吗？

Anh có biết chơi tú-lơ-khơ không?

你会打扑克吗？

Ông có biết chơi mạt chược không?

您会打麻将吗？

Anh thích nghe nhạc nhẹ hay nhạc giao hưởng?

你喜欢听轻音乐还是交响乐？

Bản nhạc này nghe hay lắm.

这首乐曲很动听。

Chị biết chơi nhạc cụ gì?

你会演奏什么乐器？

Tôi thích xem kịch nói và múa rối.

我喜欢看话剧和木偶剧。

Tối mai đoàn xiếc Trung Quốc biểu diễn tại rạp xiếc Hà Nội.

明天晚上中国杂技团在河内杂技馆表演节目。

Đoàn cải lương Việt Nam sắp sang Trung Quốc biểu diễn đấy.

越南改良剧团将前往中国表演。

Chèo là loại hình nghệ thuật sân khấu dân gian mà người dân miền Bắc Việt Nam rất ưa thích.

嘲剧是越南北方人民喜欢的民间舞台艺术。

Tuồng là loại hình nghệ thuật sân khấu cổ điển Việt Nam, thường được những nhà quý tộc ưa chuộng.

从剧是一种越南古典舞台艺术，常为贵族阶层所喜爱。

Anh có thích xem Kinh kịch Trung Quốc không?

你喜欢看中国京剧吗？

Ca sĩ dân ca Trung Quốc rất nổi tiếng.

中国的民歌歌手很出名。

Có các tiết mục đồng ca, đơn ca, tốp ca và song ca.

有合唱、独唱、小组唱和二重唱等。

Cô ấy là ca sĩ giọng nữ cao / giọng vừa / giọng thấp.

她是女高音 / 中音 / 低音。

Anh ấy là ca sĩ giọng nam cao.

他是男高音。

Còn có hòa nhạc, độc tấu vi-ô-lông, ghi-ta và piano v.v.

还有乐器合奏，小提琴、吉他、钢琴独奏等。

Hàng ngày anh có xem ti-vi không?

平时你看电视吗？

Anh thích xem những chương trình gì?

你喜欢看什么节目？

Bộ phim truyền hình đang phát này rất đắt khách.

这部电视剧正在热播。

Tôi dám chắc là anh sẽ phải mê bộ phim này.

我保证你这部片一看就会上瘾。

Dạo này rạp chiếu bóng có những phim gì?

最近电影院放什么电影？

Mấy giờ bắt đầu chiếu phim?

电影几点开始？

Đây là bộ phim mới của Hồng Kông.

这是一部新的香港影片。

Diễn viên chính của bộ phim này là ai?

这部电影是谁主演的？

Nội dung bộ phim có hay không?

影片内容好不好？

Bộ phim này có lồng tiếng Việt.

这部影片有越南语配音。

Cấm trẻ em dưới 16 tuổi xem bộ phim này.

本片禁止16岁以下的少年儿童观看。

Anh nhầm số ghế / chỗ ngồi rồi.

你弄错座号了。

Trả lời

回 答

Tối nay câu lạc bộ không tổ chức khiêu vũ.

今晚俱乐部没有舞会。

Tôi không biết chơi tú-lơ-khơ.

我不会打扑克。

Tôi biết chơi mạt chược.

我会打麻将。

Tôi thích nghe nhạc cổ điển / xem Kinh kịch / xem xiếc.

我喜欢听古典音乐 / 看京剧 / 看杂技。

Vì bận, nên tôi ít khi xem truyền hình.

因为忙，我很少看电视。

Bây giờ rạp chiếu bóng đang chiếu bộ phim Mỹ / phim hoạt hình.

眼下电影院正在上映一部美国片 / 动画片。

Buổi thứ nhất bắt đầu chiếu vào hồi 7 giờ tối.

第一场晚上7点开始放映。

Từ ngữ bổ sung

补 充 词 汇

mặt nạ　面具/脸谱　cờ tướng　象棋　cờ vây　围棋　đệm đàn　伴奏

biên kịch　编剧　kịch bản　剧本　nhạc cổ điển　古典音乐

nhạc dân gian　民间音乐　nhạc lưu hành / thịnh hành　流行音乐

nhạc hiện đại　现代音乐　ca múa　歌舞　buổi ca nhạc　音乐会

bản tin　新闻节目　hát　唱　vai　角色　hề / vai hề　丑角

khán giả　观众　thính giả　听众　bi kịch　悲剧　kịch vui　喜剧

mở / đóng màn　启幕/落幕　phòng khiêu vũ　舞厅

danh mục chương trình văn nghệ　节目单　minh tinh ca hát　歌星

minh tinh màn bạc　影星　fans hội hát　歌迷　hội hát　演唱会

phim 3D　3D 电影　phim tài liệu　纪录片　phim tình cảm　言情片

phim chưởng　武打片　phim khoa học viễn tưởng　科幻片

phim hoạt hình　动画片　nhảy giao tế　交谊舞　vũ ba-lê　芭蕾舞

buổi hòa nhạc　音乐会　tiểu phẩm　小品　tương thanh (vè tấu)　相声

nam vai chính　男主角　nữ vai chính　女一号

ngâm đọc thơ　诗歌朗诵　múa rối nước　水上木偶

越南概况

地理　越南位于中南半岛东部，北与中国广西壮族自治区、云南省接壤，中越边境线长 1347 公里，东临南中国海，西与老挝、柬埔寨交界。领土面积为 32.9 万平方公里，陆地边界长 3730 公里，海岸线长 3260 公里。越南国土狭长，呈 "S" 形，从最北端到最南端的直线距离为 1640 公里，东西最宽处约 600 公里，最窄处不足 50 公里。

气候　越南属亚热带热带季风气候，气温高、湿度大、风雨多。以中部的海云岭为界，北部一年的春夏秋冬四季较为明显，其中大部分地区年平均气温为 23-25℃；南部地区只分为旱季和雨季，大部分地区年平均气温为 26-27℃。

资源　越南是一个农业国，耕地及林地占总面积的 60%。粮食作物包括稻米、玉米、马铃薯、番薯、木薯等，经济作物主要有咖啡、橡胶、腰果、茶叶、花生、蚕丝等。越南矿产主要有煤、铁、钛、锰、铬、铝、锡、磷等，其中煤、铁储量较大，分别为 35.9 亿吨和 8.6 亿吨。越南的海洋生物有 6845 种，其中鱼类 2000 种，蟹 300 种，贝类 300 种，虾类 75 种，海藻 650 余种。越南的天然森林面积为 910 万公顷，约有 12000 种植物。森林中有 273 种哺乳动物，774 种鸟类，180 种爬行动物，80 种两栖动物，其中部分动物是越南特有的。越南还盛产各种名贵木材，如杉木、乌梅木、扁柏、桃花心木、红木、柚木、铁木、楠木等。森林中的林副产品也很丰富，有松脂、紫梗、桂皮、八角、砂仁、黄莲、草果、巴戟、何首乌、沉香等。

一般常识

国名　越南社会主义共和国（The Socialist Republic of Vietnam）历史上曾称大越、安南、南越，后改称越南。

面积　329 556 平方公里。

人口与民族　8 784 万（2011 年越南统计公布的数字）。有 54 个民族，其中京族占总人口的近 90%，岱依族、傣族、芒族、华族、侬族人口均超过 50 万。

语言　通用越南语。

宗教　主要宗教为佛教、天主教、和好教和高台教等。

首都　河内（Hà Nội）。

行政区域　全国划分为 58 个省和 5 个直辖市。5 个直辖市为：河内、胡志明、海防、岘港和芹苴。

主要旅游城市及旅游胜地　胡志明市、河内、海防、岘港、芹苴、三岛山、顺化、大叻、头顿等。

货币名称　越南盾（VND）。

汇率　1 人民币 =3540 越盾（2015 年 4 月）

时差　比北京时间晚 1 小时。

国际长途电话国家代码　0084

主要节假日　元旦（1 月 1 日）、越南共产党成立日（2 月 3 日）、国际妇女节（3 月 8 日）、南方解放日（4 月 30 日）、国际劳动节（5 月 1 日）、国庆日（9 月 2 日）、春节、清明节、中秋节、中元节等。

中国驻越南使馆　河内市黄耀街 46 号　电话（总机）：0084-4-8453736 传真：8232826

经济状况

越南 2007 年加入世界贸易组织后，与世界经济联系更加密切。欧盟、美国、日本等经济体状况的好坏对作为较大的商品出口市场的越南影响巨大。近年来，以上经济体的状况持续走低，使越南经济受到较大影响，发展速度放慢。尽管如此，越南仍然能维持每年 5%-6% 的 GDP 增长率，2014 年国内生产总值为 1520 亿美元，世界排行第 57，人均 GDP 约 2000 美元。

随着经济持续增长，越南人民的生活水平也有所提高。2012 年，越南城镇职工平均月工资为 181 美元。

越南经济以农业为主。越南农业人口约占总人口的 80%，农业用地为 700 多万公顷，粮食作物主要有稻米、玉米、马铃薯、番薯和木薯等，经济作物主要有咖啡、香蕉、腰果、茶叶、花生等。目前，越南是主要的农产品出口国，大米、咖啡出口量已经分别跃居世界的第二、第三位。现在，越南许多农副产品，如木薯干片、木薯淀粉等出口到中国。为了加快农林业及产品加工业的发展，越南鼓励外国来投资。

贸易与投资

作为以外向型经济为主的越南在近年的对外贸易中取得了长足的发展。2014 年全年，越南商品进出口总额超过 2982.4 亿美元，同比增长 12.9%，其中出口 1501.9 亿美元，同比增幅为 13.7%；进口 1480.5 亿美元，同比增长 12.1%。2014 年商品贸易平衡盈余 21.4 亿美元，创历史最高纪录。

主要出口商品有水产品、蔬果、咖啡、大米、橡胶、煤炭、原油、纺织品、鞋类、电话及零件等。

主要进口商品有机械、设备、工具及零配件、计算机、电子产品和零件、石油产品、燃气、各类钢材、整车、化肥、布料等。

到 2014 年，中国已经连续 10 年成为越南第一大贸易伙伴。如今，中国是越南最大的进口国，占其进口总额的 1/3，同时中国还是越南出口的第四大国。

对外关系

越南奉行独立自主、全方位、多样化的对外路线，重点是"融入国际社会，搞好周边关系，妥善处理与大国之间的关系"。目前已同越建交的国家达 170 多个。40 多个国家在河内设有大使馆，20 多个国家在胡志明、岘港、海防等市设有总领馆或领事馆。

中国与越南于 1950 年 1 月 18 日建交。1991 年 11 月两国关系实现正常化。随后两国确定了在"长期稳定、面向未来、睦邻友好、全面发展"十六字方针以及"好邻居、好朋友、好同志、好伙伴"四好精神的指导下发展中越友好关系。